ĐẤT CÒN THƠM MÃI MÙI HƯƠNG

ĐẤT CÒN THƠM MÃI MÙI HƯƠNG
Thơ Phạm Cao Hoàng
Ấn bản 2023
Tranh bìa: TRỜI VÀ ĐẤT – Đinh Cường
Thiết kế bìa: Uyên Nguyên Trần Triết
Dàn trang: Công Nguyễn
Biên tập: Trần Thị Nguyệt Mai
Nhà xuất bản Nhân Ảnh, California, Hoa Kỳ
ISBN: 9781088102541

PHẠM CAO HOÀNG

ĐẤT
CÒN THƠM MÃI
MÙI HƯƠNG

Tập thơ

NHÂN ẢNH 2023

THAY LỜI TỰA

Đ**ẤT CÒN THƠM MÃI MÙI HƯƠNG** in lần đầu vào năm 2015. Bản in lần này (có sửa chữa và bổ sung thêm một số bài) gồm ba phần:

Phần 1: 50 bài thơ.
Phần 2: Những ghi nhận.
Phần 3: 15 ca khúc phổ thơ Phạm Cao Hoàng.

Đây là những bài thơ viết trong những năm 1976-2023 xoay quanh các chủ đề: quê hương, gia đình, tình bạn, tình yêu. Phần lớn viết trong những ngày tháng sống xa quê hương.

Xin được gửi lời cám ơn đến quý bằng hữu đã có những ghi nhận đầy khích lệ, đã phổ 15 bài trong tập thơ thành những ca khúc tuyệt vời. Tất cả được in lại và lưu giữ như những kỷ niệm của một đoạn đời gian nan nhưng cũng tràn đầy hạnh phúc.

Và cũng xin cám ơn nhà xuất bản Nhân Ảnh đã giúp thực hiện ĐẤT CÒN THƠM MÃI MÙI HƯƠNG ấn bản năm 2023 này.

Phạm Cao Hoàng
Virginia, tháng 3.2023

ĐẤT CÒN
THƠM MÃI MÙI HƯƠNG
Phần 1
50 BÀI THƠ

SAU CHIẾN TRANH
TRỞ LẠI TUY HÒA

khi về thăm lại cố hương
thấy quê nhà nghĩ càng thương quê nhà
hắt hiu một bóng mẹ già
một ngôi mộ cỏ xanh và khổ đau
bâng khuâng một chút vườn sau
ngậm ngùi ngõ trước lao xao nắng vàng
đã qua chưa cuộc điêu tàn
đám mây năm cũ biết tan nơi nào

Tuy Hoà, 1976

Thăm
Một Người Bạn Cũ

gửi anh Đỗ Chu Thăng

chiều đi lên Hoà Mỹ
hỏi thăm nhà bạn hiền
đường xa, núi chắn lối
núi cao cũng phải tìm

Tuy Hoà, 1979

Người Thi Sĩ Ấy
Không Còn Làm Thơ

mười năm và mười mùa đông
trong hơi thở có hương nồng em trao
có tình em rất ngọt ngào
trong veo như giọt sương đèo Prenn
nồng nàn như đêm Lâm Viên
như Đà Lạt với lời nguyền năm xưa
tôi và em vẫn đi về
trên con đường có nhiều hoa dã quì
có hò hẹn thuở tình si
có gian nan có nhiều khi rất buồn

mười năm và mười mùa đông
người thi sĩ ấy không còn làm thơ
còn chăng là tiếng ngựa thồ
thở khi lên dốc bụi mờ mịt bay
còn chăng là hai bàn tay
đã chai sạm với tháng ngày gian nan
còn chăng là mây lang thang
trên đồi gió hú bạt ngàn rừng thông
còn chăng là đêm mênh mông
người ngồi nhớ một dòng sông cạn rồi

Đà Lạt, 1985

Trở Về
Mái Trường Xưa

chiều nay ghé thăm trường cũ
nép mình bên gốc phượng xưa
chợt nghe trăm ngàn thương nhớ
hình như thu đã sang mùa

tìm lại tuổi thơ chốn này
lần theo những tháng ngày qua
lần theo những dòng kỷ niệm
tuổi thơ và những nụ hoa

chiều nay ghé thăm trường cũ
cây bàng xưa vẫn còn đây
hỏi thăm những người thuở ấy
bạn tôi nay ở phương nào

tìm lại người xưa chốn này
thầy ơi, con đã về đây
ai còn, ai đi, ai nhớ?
cuối trời hiu hắt mây bay

chiều nay ghé thăm trường cũ
nghe mùa thu hát ngoài kia
chợt nghe trong lòng man mác
những ngày thơ ấu xa xưa

Tuy Hoà, 1996

Chiều New Delhi

chiều New Delhi
có tiếng chim tu hú gọi mùa
có nắng reo trên lối tôi về
khói quê nhà quyện cuối phương xa

chiều New Delhi
có nhớ thương ray rứt trong lòng
có bóng tôi theo chú bò vàng
đi lang thang giữa phố đông người

tôi nghe chiều Delhi
xôn xao mùa phượng tím
bên kia trời quê hương
nhớ em lúc Phục Sinh

tôi thương chiều Delhi
nên yêu màu phượng tím
yêu con người quanh tôi
và yêu cả đất trời

chiều New Delhi
tiếng sáo đâu đây rất êm đềm
bỗng thấy nao nao nhớ quê mình
dáng em gầy
và mái tranh xưa

chiều New Delhi
có tiếng chim tu hú gọi đàn
có bóng tôi
trên xác lá vàng
với trái tim
thơm ngát tình người

New Delhi, 1996

MÂY KHÓI QUÊ NHÀ

bữa đó con về thăm Phú Thứ
gặp lại mùi hương của ruộng đồng
gặp lại những năm và tháng cũ
mây khói quê nhà nhẹ bước chân

mùi hương của đất làm con nhớ
những giọt mồ hôi những nhọc nhằn
cha đã vì con mà nhỏ xuống
cho giấc mơ đời con thêm xanh

mùi hương của đất làm con tiếc
những ngày hoa mộng thuở bình yên
nồi cá rô thơm mùa lúa mới
và tiếng cười vui của mẹ hiền

ngày mai con lại ra đi nữa
cứ đi hoài mà chẳng đến nơi
ước mơ ngày ấy giờ chưa đạt
mà bóng thời gian đã muộn rồi

Tuy Hoà, 20.11.1999

THỨC CÙNG EM ĐÊM NAY

thức cùng em hết đêm nay
chia nhau hơi ấm chờ mai lên đường
là khi mình xa quê hương
ra đi cùng với nỗi buồn Việt Nam
là khi chia tay Langbiang
chia tay những đám mây bàng bạc trôi
là khi từ biệt núi đồi
những con đường của một thời thanh xuân
là khi mắt lệ tần ngần
đứng bên con dốc Nhà Làng ngẩn ngơ
là khi sương đẫm mặt hồ
nơi còn dấu vết bài thơ ban đầu
là khi chân bước qua cầu
mắt còn nhìn lại phía sau quê nhà
là khi mình sẽ đi xa
sẽ phiêu giạt mãi như là mây bay
thức cùng em hết đêm nay
chia tay Đà Lạt rồi mai lên đường

Đà Lạt, 25.11.1999

Khi Dừng Lại
Bên Dòng Potomac

khi dừng lại bên dòng Potomac
em bên tôi vẫn rất dịu dàng
gió lồng lộng cả một trời Đông Bắc
tóc em bay trong nắng thu vàng

và như thế mình đi và đã đến
mình đã tìm và gặp được dòng sông
tôi ngồi xuống để nghe sông hát
và đứng lên ôm lấy mặt trời hồng

và như thế mình đi và đã đến
đã bên nhau thủy tận sơn cùng
tôi nằm xuống để nghe đất thở
tạ ơn đời độ lượng bao dung

khi dừng lại bên dòng Potomac
tôi và em nhìn lại quê nhà
buồn hiu hắt thương về chốn cũ
phía chân trời đã mịt mù xa

Virginia, 2005

Rồi Cuối Cùng
Cũng Phải Chia Tay

nhớ anh Từ Thế Mộng
và chị Mộng Giao

dù rất sợ phải nói lời vĩnh biệt
rồi cuối cùng cũng phải chia tay
rồi cuối cùng đôi mắt anh khép lại
rời trần gian xa cuộc khổ đau này

đi về đâu hỡi người thi sĩ ấy
về quê hương gió cát tuyệt vời
một thuở Mộng Giao, một trời bè bạn
biển của quê hương, biển của một thời

đi về đâu hỡi người hiền sĩ ấy
về những đêm trăng Hải Thượng Lãn Ông [*]
về những đồi trà mênh mông chiều Bảo Lộc
về một đời thơ lận đận long đong

đời không vui tôi thành người lưu lạc
có đôi lần muốn trở lại quê xưa
cụng với anh một ly, nhắc những ngày vui thuở ấy
vậy mà bao năm rồi vẫn chưa về

đời không vui tôi thành người biệt xứ
không được vuốt mắt anh trước lúc anh đi
chiều lạnh ngắt bên dòng Potomac
vĩnh biệt anh, vĩnh biệt một đời thơ

Virginia 13.5.2005
(*) Tên một con đường ở Phan Thiết

MÂY TRẮNG

tặng anh Trần Huiền Ân

ngày đi về phía mặt trời
tôi nghe tiếng gọi của người năm xưa
và nghe tiếng mẹ ầu ơ
bên dòng sông với đôi bờ quạnh hiu
xóm thôn một thuở tiêu điều
gian nan cùng với cuộc phiêu lãng này
ngày về trắng hai bàn tay (*)
người về ôm lấy cụm mây trắng buồn
khói ngày xưa ấy còn vương
sương còn đọng lại bên dòng cổ thi
ngày về nhớ lúc ra đi
biển gào lên khúc biệt ly sao đành
vậy mà...
biền biệt bao năm

Virginia, 2009
(*) BÀI HÁT NGÀY VỀ, thơ Trần Huiền Ân

Dù Sao
Vẫn Cám Ơn Đời

tặng anh Trần Hoài Thư

dù sao vẫn cám ơn đời
cỏ cây và gió mặt trời và hoa
cám ơn những đám mây xa
đang bay về phía quê nhà chiều nay
cám ơn những sớm heo may
lạnh se sắt lạnh bên này đại dương
cám ơn giọt nắng vô thường
lung linh ở cuối con đường khổ đau

mười năm nước chảy qua cầu
chuyện người xa xứ là câu chuyện buồn
mười năm sống kiếp tha phương
thân nơi biển Bắc mà hồn biển Đông
mười năm thương ruộng nhớ đồng
lòng còn ở lại sao không quay về
mười năm nhớ đất thương quê
bước đi một bước nặng nề đôi chân
mười năm một thoáng phù vân
tiếng chim vườn cũ mùa trăng quê người

dù sao vẫn cám ơn đời
biển xanh và sóng núi đồi và em
cám ơn những sáng êm đềm
khói cà phê quyện bên hiên nhà mình
đứng bên bờ vực tử sinh
vẫn nghe em hát bản tình ca xưa

mười năm như một giấc mơ

Virginia, 2009

BÂY GIỜ

bây giờ nhớ núi nhớ rừng
nhớ sông nhớ biển nhớ trăng quê nhà
thương em ngày nắng Tuy Hoà
chiều mưa Đức Trọng, sáng Đà Lạt sương
thương em và những con đường
một thời tôi đã cùng em đi về
bây giờ lạ đất lạ quê
bước chân phiêu bạc biết về nơi đâu [*]
thương em nắng dãi mưa dầu
đau cùng tôi với nỗi đau riêng mình
chia cùng tôi một chút tình
của ngàn năm trước và nghìn năm sau

về đâu chẳng biết về đâu
thôi thì về lại buổi đầu gặp em
dòng sông xưa ấy êm đềm
mùa thu năm ấy bên thềm lá bay
bàn tay nắm chặt bàn tay
dìu nhau qua những tháng ngày gian nan

bây giờ ngồi nhớ Việt Nam
bên trời tuyết lạnh hai hàng lệ rơi

Virginia, 2009
(*) PHIÊU BẠC [飄泊]

Đã Qua Rồi
Một Mùa Đông

hôm em ở bệnh viện về
cụm hoa trước ngõ cũng vừa ra bông
đã qua rồi một mùa đông
và qua rồi những ngày không tiếng cười
em đi xe lăn mà vui
lăn đi em nhé cho đời bớt đau
tôi đưa em ra vườn sau
để nhìn lại mấy luống rau em trồng
hái tặng em một đóa hồng
và chia nhau nỗi long đong xứ người
em đi xe lăn mà vui
lăn đi em nhé cho vơi nỗi buồn
đưa em về phía con đường
có con sóc nhỏ vẫn thường chào em
hát em nghe bài *Je t'aime*
kể em nghe lại chuyện tình Cúc Hoa
em đi xe lăn về nhà
mùa xuân nhè nhẹ bước qua bậc thềm

Virginia, tháng 1.2012

Mười Ba Năm,
Quy Cố Hương

ngủ đi em, đêm khuya rồi
sớm mai thức dậy cùng tôi lên đường
mười ba năm, quy cố hương
có đi biền biệt vẫn thương quê nhà
vẫn thương dưa mắm tương cà
thương con cò trắng bay qua cánh đồng
vẫn mơ về một dòng sông
nơi cha thương mẹ nơi ông thương bà
vẫn mơ về đất và hoa
nơi tôi đã gặp em và thương em
những ngày những tháng êm đềm
em trao tôi cả trái tim thật thà
ngủ đi em, đêm đã khuya
sớm mai thức dậy mình về Việt Nam

Virginia, tháng 1.2012

ĐI CÙNG EM
GIỮA ĐÀ LẠT SƯƠNG MÙ

rồi có lúc trở về chốn cũ
đi cùng em giữa Đà Lạt sương mù
hát cùng em bài tình ca thuở ấy
tìm lại dấu chân mình trên những lối đi xưa

tìm lại mùi hương bên chiều Thủy Tạ
theo em về những hò hẹn ngày mưa
và thương nhớ một thời tuổi trẻ
chỉ có hoa hồng và chỉ có mộng mơ

tìm lại giọt sương trên đồi buổi sớm
bước cùng em trên ngọn cỏ hồng
và thương nhớ một thời lãng mạn
chỉ có tình yêu bát ngát mênh mông

rồi có lúc trở về chốn cũ
đi cùng em giữa Đà Lạt sương mù
quên đi một đoạn đời lận đận
quên đi những ngày khốn khó gian nan

Đà Lạt, 17.1.2012

CHIA TAY ĐÀ LẠT

và tôi lại chia tay Đà Lạt
trở lại quê người với những cơn bão tuyết mùa đông
tôi mang theo nỗi buồn xa xứ
và nỗi hoài hương nặng trĩu trong lòng

tôi lại thấy bóng tôi bên dòng Potomac
bên bờ Đại Tây Dương nghe quê hương réo gọi trái tim mình
đi không phải là đi biệt xứ
thương quê nhà còn lại phía sau lưng
lại cùng em lang thang bên hồ Thạch Thảo
nói với em về một đoạn đời buồn
nói với em về những dòng sông lưu lạc
trôi về đâu rồi cũng muốn trở về nguồn

và tôi lại chia tay Đà Lạt
chia tay những con đường in dấu chân xưa
chia tay rừng thông và cỏ cây sương khói
chia tay mây trời và gió núi Langbiang
mong bình yên đến với Kim Huê [*]
và những người ở lại
mong một ngày về…
dù chưa biết khi nào…

Đà Lạt, 27.1. 2012
(*) Kim Huê, bạn học của Cúc Hoa

Ước Mơ
Của Người Họa Sĩ

tặng anh Đinh Cường

chàng ngã xuống
vào một đêm mùa đông ở miền Đông Bắc
sau những tháng năm miệt mài vẽ
vẽ chân dung những người chàng yêu quí
vẽ những kỷ niệm
ở Huế,
ở Đơn Dương,
ở Lạc Lâm,
ở Đà Lạt
vẽ *tiếng kèn trong gió xoáy* [*]
vẽ *cành cây chảy máu trong mùa đông*
vẽ *người ngồi trên chiếc ghế cũ*
vẽ *mùa thu chết*
vẽ những tấm lòng
độ lượng
bao dung

chàng ngã xuống
sau khi đã đi nửa vòng trái đất
và dừng chân bên khu rừng Burke
nghe tiếng chim hót buổi sáng
nghe tiếng lá xào xạc buổi chiều
những ngày mưa hiu hắt
những ngày bão tuyết hoang mang
trong garage
đằng sau giá vẽ
chàng lặng lẽ
vẽ chân dung mình
và nỗi nhớ quê hương

chàng bất ngờ ngã xuống
vào một đêm rất lạnh ở miền Đông Bắc
trực thăng cấp cứu đưa chàng chuyển viện
phải cứu lấy người họa sĩ này
phải cứu lấy những bức tranh còn dang dở
bạn bè âu lo
người thân khắc khoải
khi tỉnh lại
trong hơi thở mệt nhọc
chàng nói về một ước mơ:
mong sao sớm trở lại với giá vẽ

Virginia, 14.1.2013
(*) Chữ in nghiêng là tên một số bức tranh của họa sĩ Đinh Cường.

Ngày Tôi
Trở Lại Miền Đông

ngày tôi trở lại miền Đông
tôi mang theo một nụ hồng cao nguyên
vẫn là tôi, vẫn là em
vẫn khu vườn cũ, vẫn thềm nhà xưa
đi cùng tôi nhé, Cúc Hoa
trên con đường mịt mù mưa xứ người
và xin cảm tạ đất trời
đã cho em lại nụ cười hồn nhiên
đi cùng tôi, giọt sương đêm
nhẹ nhàng như nhạc và hiền như thơ
mơ cùng tôi nhé, Cúc Hoa
giấc mơ Đà Lạt thời chưa biết buồn
vẫn là tôi, vẫn là em
vẫn khu rừng lạnh tiếng chim gọi đàn
vẫn là mây trắng ngàn năm

Virginia, 17.3.2013
(Để nhớ ngày này hai năm trước, 17.3.2011)

CHIA TAY NGỰA Ô

ở lại nhé, Ngựa Ô thương mến [1]
tôi sẽ đi và sẽ nhớ nơi này
nơi bạn bè tôi một thời ấm áp
chia cùng nhau nỗi buồn lưu lạc
nơi anh Đinh Cường viết *Đoạn Ghi Đêm Centreville*
nơi em trở về sau lần ngã gục
tôi dìu em lên những bậc thềm đớn đau và hạnh phúc
gần ba trăm ngày em mới tìm lại được những bước chân
mới biết quê người không chỉ có hoa hồng
mà có cả những cơn lốc dữ
mới hiểu không có nỗi buồn nào hơn nỗi buồn viễn xứ
nhớ và thương mây khói quê nhà

ở lại nhé, Ngựa Ô thương mến
tôi sẽ đi và sẽ nhớ nơi này
nơi những đêm mưa em cùng tôi nhắc chuyện ngày xưa
ngày xưa, ngày xưa, ngày em và tôi lang thang trong sương
mù Đà Lạt
ngày xưa, ngày xưa, ngày em đạp xe chở con đi học
ngày xưa, ngày xưa, bữa ăn chín phần mười là bắp
đêm em nằm trằn trọc
vì không đủ sữa cho con
rồi cũng qua đi những tháng năm buồn
giờ nhớ lại
thôi thì cũng cứ cho là kỷ niệm

ở lại nhé, Ngựa Ô thương mến
tôi sẽ đi và sẽ nhớ nơi này
sẽ nhớ từng ngọn cỏ hàng cây
khu vườn phía sau nhà
và tiếng chim buổi sáng
những chiếc lá vô tình rơi trên mái tóc
tiếng cười của các con những chiều Chủ Nhật
chút khói cà phê quyện ở hiên nhà
và những giọt sương đêm
những giọt sương đêm em và tôi thấm đẫm
những giọt sương đêm dịu dàng như tiếng nhạc Cortazar [2]

Virginia, 17.6.2013
(1) Ngựa Ô (Black Horse): tên một con đường ở thành phố
Centreville, Virginia
(2) Ernesto Cortazar (1940-2004): nhạc sĩ dương cầm người
Mỹ gốc Mexico

Dran, Ngày Về

tặng anh Đinh Cường

khi trở về chàng đứng ngẩn ngơ
giọt nước mắt rơi trên nền đất cũ
đêm Dran
nhớ tiếng xe thổ mộ
về hướng Kado về phía Lạc Lâm
đêm Dran
nhớ quá tiếng đàn
và giọng hát của bạn bè một thời giang hồ bạt xứ
đêm Dran
nhớ những mảng màu của một thời tuổi trẻ
chiếc giá vẽ gian nan cùng năm tháng sương mù

khi trở về
Dran không còn mùa thu
bên kia đèo và nơi kia Đà Lạt
nhớ Schubert và Serenade
chiều rất buồn chiều trên đồi thông
đêm rất buồn đêm ở đường Hoa Hồng
đêm và những bức tranh
vẽ hoài vẫn còn dang dở

khi trở về chàng đứng ngẩn ngơ
giọt nước mắt rơi trên nền đất cũ

Virginia, 17.4.2014

THƯƠNG NHỚ NGỰA Ô

vậy là mình chia tay Ngựa Ô đã được một năm
nhớ Ngựa Ô là nhớ những ngày mùa đông rất lạnh
ba giờ sáng em và tôi ra trước nhà cào tuyết
gió tạt tê người lòng vẫn thấy vui
vì em vẫn đi bên cạnh cuộc đời tôi
và trong căn nhà nhỏ kia
có những mặt trời đang mọc
có tiếng dương cầm Giovanni như dòng suối mát
có tiếng hát Thái Thanh và *Tình Hoài Hương*
nhớ Ngựa Ô là nhớ con đường
đêm mùa thu tôi cùng em đi về phía hồ Thạch Thảo
tiếng xào xạc của lá vàng
và giọt sương trên vai áo
tôi thương Ngựa Ô và tôi thương em

vậy là mình chia tay Ngựa Ô đã được một năm
nhớ Ngựa Ô là nhớ những đêm bạn bè hát khúc sầu ca viễn xứ
nhớ Nguyễn Ngọc Phong và *Gửi Em, Đà Lạt*
nhớ Đinh Cường và *Đoạn Ghi Đêm Centreville*
nhớ Nguyễn Minh Nữu và *Mênh Mông Trời Bất Bạt*
nhớ Nguyễn Trọng Khôi và *Giấc Mộng Trên Đồi Thơm*
nhớ Ngựa Ô là nhớ con đường
in dấu chân bạn bè tôi từ những nơi xa xôi có khi là nửa
vòng trái đất
ngồi bên nhau giọt rượu cay trong mắt
ngồi bên nhau cùng nhớ một quê nhà
quê nhà thì xa mây thì bay qua
đời phiêu bạc như những đám mây trôi giạt
nhớ Ngựa Ô là nhớ những bàn tay ấm áp
tôi thương Ngựa Ô và thương bạn bè tôi

Virginia, 1.8.2014

Mây Ngừng Bay

chia tay anh Nguyễn Xuân Hoàng

cũng đành thôi, nắng tắt rồi
mặt trời đã lặn, ngày vui đã tàn
một vì sao – Nguyễn Xuân Hoàng
vừa đi vào cõi vĩnh hằng sáng nay
cũng đành thôi, mây ngừng bay
trái tim ngừng đập, bàn tay vẫy chào
biết đời là giấc chiêm bao
mà sao lòng vẫn thấy đau vô cùng
cũng đành cạn một dòng sông
người đi là mãi mãi không quay về
bên kia là phía hư vô
trăm năm còn lại nấm mồ hư không

Virginia, 13.9.2014

ĐÀ LẠT VÀ CÂU CHUYỆN VỀ KHU VƯỜN THI SĨ

và bài thơ tôi viết đêm nay
là bài thơ sau bốn mươi năm
kể từ hôm tôi nắm tay em
chầm chậm đi qua Khu Hoà Bình
xuống con dốc Duy Tân
rẽ sang Hai Bà Trưng
và dừng lại nơi chiếc cầu Vĩnh Viễn

đêm ấy
Đà Lạt có một chút mưa bay
có tiếng hát của Lê Uyên Phương, của Phụng, của Tiên
của Nhượng, của Phong, của Triền, của Chức
em mặc chiếc áo dài màu xanh của miền đồi núi
đôi mắt hồn nhiên như một bài thơ tình

đi bên em trong đêm cao nguyên
tôi nói với em về ước mơ của chàng lãng tử
chàng lãng tử đưa em đến một khu rừng
và dừng lại bên dòng suối
nói với em rằng tôi yêu em
nói với em rằng tôi sẽ không xa em

đi bên em trong đêm cao nguyên
tôi nói với em về câu chuyện thần tiên
tôi và em đi đến một khu vườn
nơi mọi người chỉ biết yêu nhau
chỉ biết tặng nhau hoa, nụ cười và những bài thơ
tôi gọi đó là Vườn Thi Sĩ
em gật đầu cười rất nhẹ:
"em sẽ ở cùng anh trong khu vườn đó"
và bàn tay tôi vừa chạm trái tim em

Virginia, 28.11.2014

SCIBILIA,
NGÀY CUỐI THU

Scibilia, ngày cuối thu
tôi đuổi theo những đám sương mù
và khi quay lại tôi nhìn thấy
một giọt sương buồn trong mắt em

giọt sương đọng suốt mười lăm năm
long lanh từ thuở xa quê mình
và em nói rằng em rất nhớ
những bước chân về - đêm cao nguyên

giọt sương đọng suốt mười lăm năm
từ khi mình bỏ núi xa rừng
và em nói rằng em rất nhớ
một chút mây trời Langbiang

giọt sương đọng suốt mười lăm năm
ừ, khóc đi em cho đỡ buồn
quê hương còn đó nhưng xa lắm
và biết ngày về kịp nữa không

Virginia, 12.12.2014

Mai Kia
Tôi Là Hạt Bụi

hạt bụi nào hóa kiếp thân tôi
để một mai tôi về làm cát bụi
(TRỊNH CÔNG SƠN)

năm tôi vừa mười một tuổi
quê tôi bom đạn tơi bời
bóng ma chiến tranh quay lại
hãi hùng ôi tuổi thơ tôi!

lớn lên dưới trời khói lửa
mẹ thương, lo từng bữa ăn
cha thương, lo từng giấc ngủ
chị thương, an ủi dỗ dành

rồi đến ngày tôi giã biệt
đường đời vạn nẻo tôi đi
đường đời trăm may nghìn rủi
vẫn mong có một ngày về

nhớ ngày tôi đi biển khóc
bóng cha tôi ở cuối đường
và cánh đồng trơ gốc rạ
đất còn thơm mãi mùi hương

nhớ ngày tôi đi mẹ khóc
ruộng vườn bỏ lại sau lưng
mây mù che ngang đèo Cả
đường xa mưa gió mịt mùng

tôi đi và tôi đi mãi
dừng chân ở lại cao nguyên
tưởng đâu đất lành chim đậu
nào ngờ đời vẫn chưa yên

tôi đi và tôi đi mãi
quê nhà bỏ lại sau lưng
quê người gian nan vất vả
đường xa mây khói mịt mùng

tôi đi và tôi đi mãi
tôi đi tìm một mái nhà
rồi một ngày kia dừng lại
bên rừng Scibilia

những chiều mùa thu lá rụng
những ngày lạnh buổi đầu đông
nhìn mây bay về cố xứ
nhớ quê hương đến thắt lòng

bây giờ còn mong chi nữa
tôi đi ở cuối con đường
mai kia tôi là hạt bụi
bay về phía Thái Bình Dương

Virginia, tháng 11.2014

Đóa Hoa Hồng
Trong Tuyết

thức dậy lúc ba giờ sáng
ngoài trời tuyết phủ mênh mông
tuyết ngập hồn người xa xứ
tuyết mù mịt cả miền đông

cùng em ra sân cào tuyết
gió đêm lạnh đến tê người
tuyết nhiều cào xong thấm mệt
và đôi chân bước rã rời

cùng em ra sân cào tuyết
biết là vất vả mà vui
chia nhau một đêm băng giá
ở vùng Bắc Mỹ xa xôi

cùng em ra sân cào tuyết
biết là vất vả mà vui
và cứ hồn nhiên em nhé
cùng tôi đi giữa cuộc đời

thức dậy lúc ba giờ sáng
ngoài trời tuyết trắng như bông
tôi yêu những bông tuyết trắng
và yêu em – đóa hoa hồng

Virginia, 17.2.2015

CŨNG MAY
CÒN CÓ NƠI NÀY

rồi em và tôi đi xa
mang theo hình bóng quê nhà thân thương
bây giờ đời đã muộn màng
nửa vòng trái đất lang thang quê người
xa quê hương em và tôi
đã chia nhau những ngọt bùi đắng cay
cũng may còn có nơi này
có mây có khói có cây cỏ và...
có rừng Scibilia
để tôi còn nhớ chút Đà Lạt xưa
để còn mơ một ngày về
đi về phía Ngã Ba Chùa cùng em

đi tìm lại chút êm đềm
đoạn serenade và đêm thơ tình
nụ cười em lúc bình minh
bàn tay rất ấm hôm mình quen nhau
và căn nhà thuở ban đầu
bức tranh và những gam màu tôi yêu
đi tìm lại những buổi chiều
qua cây cầu nhỏ tôi theo em về
đi tìm lại những đam mê
những hò hẹn những đợi chờ ngất ngây
cũng may còn có nơi này
để tôi còn có những ngày bên em

Virginia, tháng 3.2015

CHA TÔI

và bài thơ tôi viết đêm nay
là bài thơ sau bốn mươi năm
kể từ hôm vượt đèo Ngoạn Mục xuống Sông Pha
chạy ra Tuy Hoà
trở vô Sài Gòn
và nhận tin cha tôi đã chết
ông qua đời khi chiến tranh kết thúc
để lại trần gian nỗi nhớ khôn nguôi
để lại đàn con trên quê hương tan tác
để lại trong tôi vết thương mang theo suốt cuộc đời

bốn mươi năm rồi con vẫn nhớ, cha ơi!
ngày mùa đông cha mặc áo tơi ra ruộng
ngày nắng lửa cha gò mình đạp lúa
những sớm tinh mơ cùng đàn bò lầm lũi đi về phía bờ mương

rồi mùa thu cha đưa con đến trường
con thương ngọn gió nồm
mát rượi tuổi thơ những ngày đầu đi học
đi ngang qua Dưỡng Buồng bọn nhỏ trong thôn vẫn thường
trêu chọc:
chiều chiều ngọn gió thổi lên
học trò Thầy Bốn chẳng nên đứa nào
thương cha một đời lận đận lao đao
cầm lấy chiếc cày để tay con được cầm cuốn sách
thương chiếc áo cha một đời thơm mùi đất
thương đất quê mình thơm mãi mùi hương

rồi mùa thu cha đưa con đến trường
con thương những con đường
cha đã dẫn con đi về phía trước
con vẫn còn đi sao cha đành dừng bước
bốn mươi năm trời con thương nhớ, cha ơi!

Virginia, tháng 3.2015

MÙA THU
ĐỨC TRỌNG

đọc lại một bài thơ cũ
nhớ thời tôi mới quen em
lần đầu em về Đức Trọng
mùa thu lá rụng bên thềm

em ơi mùa thu năm ấy
là mùa thu của riêng mình
bàn chân em vừa dừng lại
bên dòng Đa Nhim lung linh

em ơi mùa thu năm ấy
là mùa thu của hẹn hò
của ngày bên nhau quấn quít
của đêm về mộng và mơ

em ơi mùa thu năm ấy
là mùa thu của muôn đời
bàn chân nhẹ nhàng bước tới
đi bên cạnh cuộc đời tôi

rồi từ mùa thu năm ấy
thương em cho đến bây giờ
hơn bốn mươi năm rồi đó
mùa thu Đức Trọng, ngày xưa...

Virginia, 25.10.2015

Tôi Đi
Dưới Trời Đông Bắc

Nhớ 42 Võ Tánh, Đà Lạt

bây giờ mùa đông trở lại
rừng xơ xác ngọn điêu tàn
bầy chim bay xa trốn tuyết
trong sương mù tôi lang thang

ôm đàn qua thung lũng Fox
so dây ghi lại đời mình
một thời chiến tranh - tuổi trẻ
một thời Đà Lạt và em

ôm đàn đứng bên vách núi
so dây chơi một đoạn buồn [*]
đoạn cho một thời xa xứ
đoạn thương và nhớ quê hương

bây giờ mùa đông trở lại
rừng xao xác gió sang mùa
tôi đi dưới trời Đông Bắc
thương và nhớ quá ngày xưa

Virginia, 14.12.2015
(*) Trong bài hát MỘNG VỀ của Hà Thúc Sinh

Trần Hoài Thư
Xuống Núi

còi tàu hụ nhớ giang hồ
lên ga khuya lạnh gió mờ mịt xa
(ĐINH CƯỜNG)

rồi chàng xuống núi xuôi Nam
từ cơn khổ nạn ba năm quay về
ngày về râu tóc bạc phơ
người muôn năm cũ bây giờ ở đâu [*]
ngày về ngang qua bãi dâu
chợt thương ngọn sóng bạc đầu năm xưa
cụng ly để nhớ giang hồ
cạn ly để biết đời chưa muộn màng
ngày về phương Nam lang thang
đọc bài thơ cũ rền vang núi rừng
Scibilia, đêm cuối cùng
là đêm bằng hữu cùng chung nỗi buồn
Virginia, đêm mùa đông
chàng về kịp viết mấy dòng chia tay

Virginia, 13.1.2016
Ngày Trần Hoài Thư về Virginia tiễn đưa anh Đinh Cường
đến nơi an nghỉ cuối cùng
(*) Thơ Vũ Đình Liên

Bài Cho Orlando

giờ tới phiên Orlando [*]
xác vung vãi, những nấm mồ mọc lên
những oan hồn bay trong đêm
hận thù chi mà triền miên hở trời!
máu người vô tội đổ rồi
ra đi không kịp nói lời chia tay
lang thang ở góc rừng này
tôi nghe lạnh buốt một ngày đau thương

Virginia, 2016
(*) Tấn công khủng bố tại một night club ở Orlando, Florida hôm
12.6.2016 làm 49 người chết và 53 người bị thương.

Dẫu Thế Nào
Con Cũng Trở Lại Miền Trung

dẫu thế nào
con cũng trở lại miền Trung
nơi mẹ đã ôm con bằng vòng tay bao la của biển
nơi giấc ngủ con được ru bằng tiếng sóng
nơi những ngọn phi lao nô đùa cùng tuổi thơ con

mẹ ơi!
con muốn tìm lại mảnh trăng tròn
treo lơ lửng đêm rằm nơi cửa biển
con muốn nhìn nước của đại dương và bầu trời xanh biếc
cánh chim hải âu và ngọn hải đăng
con yêu miền Trung yêu biển quê mình
yêu những con còng hiền lành
và những ngư dân chất phác
yêu những đôi tình nhân
để lại dấu giày trên cát
đêm và những chiếc thuyền câu lấp ló ngoài khơi

mẹ ơi!
xa quê hương con ngồi ở một góc trời
con nhớ biển nhớ vòng tay của mẹ
miền Trung năm nào cũng phải chịu những cơn bão dữ
năm nào cũng ngâm mình trong lũ lụt kinh hoàng
và bây giờ biển khóc dân lầm than
nhìn cá chết trắng bờ thương miền Trung quá đỗi
biển bình yên cả triệu năm
nay bỗng thành nạn nhân của những mưu đồ đen tối
nạn nhân của bọn người không có trái tim
dẫu thế nào
con cũng trở lại miền Trung
nơi mẹ đã ôm con bằng vòng tay bao la của biển
mỗi người một tay cùng nhau cứu biển
biển sắp chết rồi không lẽ cứ ngồi yên?

Virginia 26.5.2016

Tôi Về Bellingham Chiều Nay

nhớ anh Trương Quang Mỹ (1952-2017)

và anh đi thật nhẹ nhàng
như mây trên đỉnh Langbiang ngày nào
như là một giấc chiêm bao
niềm vui để lại nỗi sầu mang theo
như là ngọn gió lưng đèo
rất phiêu lãng rất đìu hiu rất buồn
sáu lăm năm một đoạn đường
anh đi và đến nhưng không kịp về
mịt mù đất cũ trời xưa
bây giờ thân xác bơ vơ xứ người
anh đi rồi đi thật rồi
rất bình an không một lời chia tay
tôi về Bellingham chiều nay
mắt anh khép lại, bàn tay hững hờ
sáu mươi lăm năm, ô hô!
đời tha phương một nấm mồ mọc lên

Bellingham (WA), 24.1.2017

Ở New Jersey, Gặp Lại Phạm Văn Nhàn

sau chiến tranh chúng ta là những người sống sót
còn gặp lại nhau là đủ vui rồi
đêm ở New Jersey
nhắc với nhau về những ngày tháng xa xôi
về người bạn đề thơ trên vách tường năm ấy [1]
về người bạn lên Pleime rồi chẳng bao giờ trở lại [2]
về người bạn mấy lần bị thương ở Bình Định Qui Nhơn [3]
về cà phê quán sớm bên đường
về căn nhà cửa không bao giờ khóa
từ chiến trường
bạn trở về nơi đó
lặng lẽ ngồi nơi chiếc bàn bên cửa sổ
viết truyện thời chiến tranh

viết thật nhanh - mai còn đi hành quân
viết cho kịp - biết đâu không còn gặp lại bạn bè Khu Sáu
và bạn tôi như thuyền không bến đậu
ngày ở cao nguyên đêm xuống đồng bằng
ôi một thời đi giữa chiến tranh
sống và chết chỉ cách nhau trong tích tắc
sau chiến tranh chúng ta là những người sống sót
còn gặp lại nhau là đủ vui rồi
cụng ly nào, mai mình lại chia tay

New Jersey, 7.5.2017
(1) Lê Văn Trung: Tình không không cửa không nhà. Lòng
như mây trắng bay qua biển chiều...
(2) Nguyễn Phương Loan, tử trận ở Pleime năm 1969
(3) Trần Hoài Thư

Chiều Đi Ngang
Qua Thung Lũng Fox

một hôm mây trắng tôi về
qua thung lũng Fox lòng nghe ngậm ngùi
nhớ Đà Lạt quá, em ơi!
và mây trắng với những đồi thông xưa
chờ nhau, mấy giọt cà phê
nhìn nhau, một nụ hôn vừa trao nhau
bây giờ, bốn mươi năm sau
tôi về, mây trắng trên đầu bay ngang
vẫn cùng em đi lang thang
vẫn yêu em đến vô vàn, biết không?
vẫn yêu Đà Lạt vô cùng

Virginia, 7.6.2017

THƠ TẶNG
NGƯỜI THI SĨ Ở GARLAND

gửi anh Nguyễn Xuân Thiệp

nâng ly nào, mừng ngày chàng trở lại
mừng người thi sĩ đến từ Garland vẫn hồn nhiên vẫn vô tư
như thời Hoa Hồng [1]
tặng cho chàng một đóa Phù Dung
và nghe chàng đọc thơ
tôi khóc, những đôi giày bên bờ sông Danube [2]
nâng ly nào, hỡi người thi sĩ cô đơn đến từ Texas
buổi chiều sơn dầu ở Studio Trương Vũ đầy tranh
buổi chiều miền Đông với những đồng cỏ xanh
chàng nói về thơ
về những bài *tản mạn bên tách cà phê* [3]
về *phố văn* [4]
và những tháng năm tràn đầy kỷ niệm

nâng ly nào, hỡi người thi sĩ hào hoa của một thời Đà Lạt
buổi chiều trở về từ ký ức chiến tranh
nhắc với nhau những kỷ niệm chưa quên
thương bạn bè người còn kẻ mất
và không quên một ly cho người họa sĩ ở đường Natick [5]
hoàng hôn xuống dần trong nỗi nhớ mênh mang

Virginia, 3.7.2017
(1) Đường Rose ở Đà Lạt, nơi Nguyễn Xuân Thiệp có nhiều
kỷ niệm.
(2) Tựa đề một bài thơ của Nguyễn Xuân Thiệp
(3) Loạt bài tản mạn nổi tiếng của Nguyễn Xuân Thiệp ở hải ngoại.
(4) Tạp chí PHỐ VĂN do Nguyễn Xuân Thiệp chủ biên (2000-2008).
(5) Đinh Cường (1939-2016)

XIN CHO TÔI ĐƯỢC
LÀM NGƯỜI VIỆT NAM

mấy anh ngỗng Bắc Mỹ bay rất nhanh rất xa
nhưng khi đi bộ thì cứ tà tà

Ảnh chụp ở đường Hollinger (Fairfax, VA)
Photo by Phạm Cao Hoàng - 6:30 am, 18.8.2017

cách đây sáu ngày
bọn theo chủ nghĩa dân tộc da trắng lái xe đâm chết người ở
Charlottesville, miền Đông nước Mỹ
(Charlottesville cách chỗ tôi đang ở khoảng hai tiếng lái xe)
và mới hôm qua
bọn Hồi Giáo cực đoan lái xe đâm chết người ở Barcelona,
Tây Ban Nha
nhưng với đàn ngỗng này thì bất cứ người lái xe nào
dù là da trắng
dù là da đen

dù là da đỏ
dù là da vàng
dù là Hồi Giáo
dù là Thiên Chúa Giáo
không ai lái xe đâm vào chúng
ai cũng chờ chúng qua đường rồi mới tiếp tục lái xe đi

vào năm 2001, ở Seattle
một chàng ngỗng Bắc Mỹ còn nhỏ chưa biết bay
đi lạc vào trong xóm và người dân bắt được
ông Thị Trưởng thành phố Seattle tổ chức một buổi lễ rình rang
chỉ để làm một việc duy nhất:
trả tự do cho chàng bằng cách mang chàng thả xuống hồ
Washington
buổi lễ trả tự do cho anh chàng ngỗng Bắc Mỹ
mang tính biểu tượng nhằm truyền đi thông điệp của ông
Thị Trưởng:
hãy tôn trọng và bảo vệ sự sống của loài ngỗng này

xem ra, trong nhiều trường hợp
làm ngỗng Bắc Mỹ coi bộ tự do hơn, an toàn hơn là làm
người
nếu quả thật có kiếp sau
thì kiếp sau xin cho tôi làm ngỗng Bắc Mỹ
vì nếu là ngỗng Bắc Mỹ
sẽ không ai kỳ thị tôi
không ai thù ghét tôi
không ai lái xe đâm vào tôi
không ai ăn thịt tôi

nhưng bạn ơi
nếu làm ngỗng Bắc Mỹ
tôi sẽ có một nỗi buồn mà tôi không vượt qua nổi:
tôi có đôi cánh để có thể bay đi khắp nơi
nhưng tôi sẽ không bao giờ còn cơ hội bay về quê hương tôi
vì nếu tôi bay về đó
chắc chắn tôi sẽ biến thành đĩa tiết canh và đĩa mồi
cho mấy anh bợm nhậu
mà tôi thì vẫn muốn trở về quê hương của mình
nên thôi, tôi vẫn xin tiếp tục làm người
làm một người Việt Nam
Việt Nam
mãi mãi

Virginia, 18.8.2017

Bốn Mươi Hai Năm, Chưa Quên

vậy là bốn mươi hai năm
từ khi giã biệt dòng sông quê nhà
từ khi từ biệt Tuy Hoà
tôi lên Đà Lạt rồi qua Hoa Kỳ
đi thì vẫn cứ phải đi
trở về thì vẫn đôi khi phải về
dẫu gì đất cũng là quê
là hương của những ngày xưa êm đềm
dẫu gì máu cũng về tim
vườn xưa vẫn nhớ tiếng chim thiếu thời
và tôi nhớ tuổi thơ tôi
chiều thu nhớ nắng đêm ngồi nhớ trăng
mùa đông nhớ một chỗ nằm
về đây lại nhớ những năm tháng buồn
bốn mươi hai năm, chưa quên!

Tuy Hoà, 28.9.2017

TÔI ĐANG VẼ TÂM HỒN CỦA BẠN

tặng anh Trương Vũ

khi tôi ngồi trước giá vẽ
bắt đầu những nét chấm phá phác thảo chân dung bạn
đôi mắt của bạn có thể mơ màng hay đầy nghị lực
khuôn mặt của bạn có thể ưu tư hay hồn nhiên
vai của bạn có thể thẳng hay nghiêng
sao cũng được
miễn là bạn phải là bạn

tôi là họa sĩ tự nguyện chọn những nhân vật mà mình muốn vẽ
khuôn mặt mỗi người có thể khác nhau
nhưng những nhân vật tôi chọn đều có một điểm giống nhau:
các bạn là người có một tâm hồn đẹp
tôi tin điều đó
và khi vẽ chân dung bạn
có nghĩa là tôi vẽ tâm hồn của bạn
tôi vẽ tấm lòng nhân hậu của bạn
và cuối cùng nếu chúng ta có được bức chân dung đẹp
thì chính bạn là người góp một phần rất lớn trong việc sáng
tạo ra tác phẩm đó

khi tôi ngồi trước giá vẽ
bắt đầu những vệt sơn dầu vẽ chân dung bạn
bạn ngồi đó nhiều tiếng đồng hồ
trên chiếc ghế dành cho người mẫu
có lúc bạn sẽ rất mệt mỏi và ngủ gục
thì cứ ngủ, không sao đâu
vì tôi đang vẽ tâm hồn của bạn mà
một tâm hồn luôn luôn tỉnh thức
và lúc này đây
bạn hãy nghĩ về những người mà bạn yêu thương nhất
đất nước của bạn
gia đình của bạn
bạn bè của bạn
những ân nhân trong cuộc đời bạn
để khuôn mặt của bạn trên bức chân dung
sẽ là một khuôn mặt tràn đầy yêu thương và thánh thiện

Virginia, 12.10.2017

Bò Và Người

không rõ kiếp trước chúng tôi là gì
không biết kiếp trước các bạn là gì
nhưng kiếp này các bạn may mắn hơn chúng tôi
vì các bạn là người
còn chúng tôi là bò

các bạn nhốt chúng tôi trong chuồng
xỏ mũi chúng tôi
buộc chúng tôi phải tuân phục
quất vào lưng chúng tôi
những lằn roi rướm máu
bắt chúng tôi kéo xe kéo cày
mệt lả
vắt sữa chúng tôi
cạn kiệt
lấy da chúng tôi làm giày để đi
làm trống để gõ
xẻ thịt chúng tôi
để ăn

đêm, chúng tôi nằm trong chuồng
nhìn những lằn roi rướm máu trên lưng mình
mà ứa nước mắt
đêm, chúng tôi nằm trong chuồng
mơ cùng nhau giấc mơ tự do
mơ về những đám mây trắng, những đồng cỏ xanh, những
thảo nguyên bát ngát
mơ để mà mơ
ôi, những giấc mơ chưa bao giờ trở thành hiện thực

cứ như vậy chúng tôi sống trong sự quản lý của các bạn
sống hiền lành chơn chất và chịu đựng sự tàn bạo của các bạn
sống thật thà ngay thẳng dù biết các bạn là những kẻ gian
lận dối trá tham lam

chúng tôi chỉ đem lợi ích đến cho các bạn
hoàn toàn không phiền hà gì các bạn
không tin, các bạn cứ mở cửa chuồng
thả chúng tôi ra
chúng tôi sẽ an nhiên tự tại ra đi mà không đòi hỏi gì ở các bạn
chúng tôi trở về với thiên nhiên
chúng tôi trở về với bao la trời đất
chúng tôi trở về với thế giới của chúng tôi

chúng tôi, những con bò Việt Nam
chỉ đem lợi ích đến cho các bạn
thế nhưng các bạn không biết ơn chúng tôi
trước khi giết chúng tôi để xẻ thịt
các bạn hành hạ tra tấn chúng tôi bằng cách bơm nước vào
cơ thể chúng tôi cho đến khi nào chúng tôi vật vã
các bạn lấy búa đập mạnh vào đầu chúng tôi
thực hiện bản án tử hình cho kẻ đã từng giúp các bạn

chúng tôi đem lợi ích đến cho các bạn
nhưng mỗi khi tức ai các bạn lại chửi: *ngu như bò*
các bạn đọc những dòng dưới đây rồi sẽ biết bò có ngu không
sau khi bị giết, chúng tôi trở thành xác chết
các bạn ăn thịt chúng tôi có nghĩa là các bạn ăn xác chết
chúng tôi, những kẻ chay tịnh chỉ biết ăn cỏ ăn rơm ăn rạ
các bạn, những kẻ ăn xác chết
ai mới đáng gọi là ngu?

Virginia, 23.7.2018

Sau Ba Mươi Lăm Năm
Chưa Một Lần Trở Lại Quê Nhà

Gửi Tân và Lily

Bệnh viện Centre Hospitalier
phòng 1004
anh tôi nằm trên giường bệnh, hơi thở mệt nhọc
người con trai duy nhất của anh ngồi bên cạnh, buồn bã
(mẹ mất sớm, hai cha con lưu lạc sang đất Pháp, nương tựa
vào nhau)
tôi ngồi trong góc phòng, tim đau nhói
có tiếng gõ cửa phòng
một bác sĩ với khuôn mặt hiền từ và mái tóc bồng bềnh nghệ
sĩ bước vào
ông thăm mạch bệnh nhân rồi nhẹ nhàng nói với cháu tôi:
- *Cha của anh sẽ ra đi trong một thời gian không xa, anh nên*
sắp xếp ở lại trong bệnh viện đêm nay để chia tay ông ấy.

Lại có tiếng gõ cửa
một bác sĩ khác bước vào
bà là bác sĩ tâm lý, đến để chuẩn bị tâm lý cho cháu tôi khi
phải vĩnh biệt người cha yêu dấu
vĩnh biệt người cha đã trọn một đời hy sinh cho con
5 phút ...
10 phút ...
thời gian cứ lạnh lùng trôi đi
đột nhiên cháu tôi ôm chặt lấy anh tôi
- *Ba cháu đi rồi, chú ơi!*
tôi nhìn đồng hồ
5 giờ 20 phút chiều ngày 12 tháng 9 năm 2019
anh tôi vừa trút hơi thở cuối cùng
sau 35 năm ra đi chưa một lần trở lại quê nhà
cũng như nhiều người đồng hương khác
anh sinh ở *Việt Nam* và mất ở *quê người.*

Bệnh viện Centre Hospitalier
phòng 1004
dưới ánh đèn lờ mờ có ba người đàn ông
một người nằm bất động trên chiếc giường định mệnh
một người ngồi khóc, ngất lên xỉu xuống
tôi đỡ vai cháu tôi
và làm chỗ dựa cho cháu trong giờ phút đau buồn này
rồi thì im lặng
im lặng
nhiều tiếng đồng hồ trôi qua
- *Ba cháu có dặn cháu sẽ mai táng hay hỏa táng ông ấy không?*
- *Không, thưa chú, nhưng chú ơi, bao nhiêu năm qua cha con có nhau, giờ ba đi rồi, con sẽ xây cho ba một ngôi mộ, con cần một nơi để còn thăm viếng…*
tôi nghe giọng cháu tôi thì thầm trong đêm
- *Con cần một nơi để còn thăm viếng… Con cần một nơi để còn thăm viếng…*

Ngày 18 tháng 9 năm 2019
anh tôi yên nghỉ ở nghĩa trang Athis-Mons, ngoại ô Paris
đúng với ước nguyện của cháu tôi: *con cần một nơi để còn thăm viếng*
và anh tôi sinh ở Việt Nam, qua đời trên đất Pháp
sau 35 năm ra đi chưa một lần trở lại quê nhà.

Paris, tháng 9.2019

WOODBRIDGE,
BUỔI CHIỀU VÀ NHỮNG NỤ CƯỜI

Gửi Lê Hân và Châu

Vẫn là không gian quen thuộc: Studio Trương Vũ ở Woodbridge
khi mùa Lễ Tạ Ơn trở về bên những chiếc lá vàng
khi mùa thu Bắc Mỹ đã đi qua một nửa đoạn đường
khi nhiệt độ ở miền đông đã xuống gần zero độ C.
những nụ cười và những cái bắt tay mừng các bạn từ San
Jose đến.
- *Lạnh không Lê Hân?*
- *Không lạnh lắm đâu, mình đã từng ở Canada nhiều năm mà.*
- *Lạnh không Châu?*
- *Không lạnh lắm đâu, trước khi về San Jose mình là dân
Michigan mà.*

Vẫn là những cốc rượu vang được cất giữ nhiều năm của người chủ nhà hiếu khách

nâng ly nào

chúc mừng các bạn được hít thở không khí tự do sáng tạo.

- *Này Lê Hân, bạn làm công việc xuất bản sách được bao nhiêu năm rồi?*

- *Trên dưới hai mươi năm.*

- *Ở hải ngoại in sách đồng nghĩa với thua lỗ. Sao bạn lại chọn con đường này?*

- *Vì đam mê, vì những người yêu sách và vì niềm vui của các tác giả có sách được in.*

- *Lâu nay bạn có về Việt Nam không?*

- *Có chứ. Về thăm quê hương, gia đình, bạn bè và đi tìm những cuốn sách xưa quí hiếm.*

Buổi chiều, ở Woodbridge, những khuôn mặt thân quen
những câu chuyện văn chương
những câu chuyện về đời sống
nghe hai người bạn đến từ San Jose nói giọng Quảng Nam
đặc sệt
chơn chất và hiền hoà
hồn nhiên và cởi mở.
- *Này Lê Hân, ai là người giúp bạn nhiều nhất trong việc in sách?*
- *Đó là Châu.*
- *Châu ơi, bạn là gì của Lê Hân?*
- *Ngày xưa Châu là học trò của Lê Hân.*
- *Còn bây giờ?*
- *Bây giờ là vợ của hắn.*

Woodbridge, buổi chiều, những người bạn và những tiếng
cười rộn rã
mùa Lễ Tạ Ơn đang đến gần.

Virginia, 8.11.2019

Bốn Năm Sau Ngày
Anh Đinh Cường Ra Đi

bốn năm sau ngày anh Đinh Cường ra đi
Chân Phương cũng ra đi
Trần Doãn Nho dọn về Texas
Nguyễn Trọng Khôi và Mai Phúc cũng sẽ dọn về nơi đó
chỉ còn Nguyễn Ngọc Phong ở lại Boston với Tôn Nữ Phú
chỉ còn Nguyễn Ngọc Yến ở lại New Jersey với Trần Hoài Thư
không còn nữa những chuyến xe xuôi Nam với những cuốn
sách, những bức tranh sơn dầu và cây đàn guitar
không còn nữa những đêm ngồi bên nhau hát khúc nhạc
buồn thương nhớ quê hương xa vời vợi

bốn năm sau ngày anh Đinh Cường ra đi
những buổi gặp gỡ ở miền Đông thưa thớt dần
tôi trở lại Sài Gòn Quán
Sài Gòn Quán đóng cửa
tôi tạt vào Saxbys Coffee
Saxbys Coffee đóng cửa
tôi tìm đến Le Bledo
Le Bledo đóng cửa
tôi trở lại Tong Thái
Tong Thái đóng cửa
tôi ghé qua Phở Xe Lửa
Phở Xe Lửa của ông Toàn Bò đóng cửa
tôi đến thăm Gallery Lạc Việt
Gallery Lạc Việt cũng đóng cửa
đóng cửa đóng cửa đóng cửa
những nơi chúng tôi thường lui tới bây giờ đóng cửa hết rồi
còn chăng là nỗi ngậm ngùi và luyến tiếc những ngày tháng
êm đềm giờ chỉ còn trong hoài niệm

bốn năm sau ngày anh Đinh Cường ra đi
miền Đông xơ xác trong cơn đại dịch
muốn đến Studio Trương Vũ xem những bức tranh mới
vẽ nhưng không thể
muốn nâng ly cùng các anh Nguyễn Mạnh Hùng, Nguyễn
Tường Giang, Phạm Nhuận, Đặng Đình Khiết, Phạm Thành
Châu... nhưng không thể
muốn cụng ly cùng các bạn Nguyễn Minh Nữu, Nguyễn
Quang, Nguyễn Thị Thanh Bình, Trần Anh Chương, Đinh
Trường Chinh... nhưng không thể
các bạn tôi, nhà nào cũng đóng cửa
stay-at-home, stay-at-home, stay-at-home

bốn năm sau ngày anh Đinh Cường ra đi
miền Đông bây giờ tiêu điều trong cơn đại dịch
hàng quán im lìm phố xá hoang vu
muốn ghé Starbucks ngồi nhâm nhi một ly cà phê nhưng
không thể
drive-thru only
không còn nghe tiếng nhạc xập xình phát ra từ sân nhà
người hàng xóm Mễ Tây Cơ mỗi chiều thứ Bảy
không còn thấy nụ cười hiền hoà của người miền Đông vì
những chiếc khẩu trang che mất
chỉ còn những ánh mắt nhìn nhau ngơ ngác
thầm hỏi nhau: *miền đông rồi sẽ ra sao?*
thầm hỏi nhau: *chúng ta rồi sẽ ra sao?*

Virginia, 12.5.2020

Ước Mơ Của Myla

Ước mơ của Myla thật đơn giản:
chỉ mong sao đủ tuổi để đi học
để được mang ba-lô cùng chị Hazel đến trường.

Mùa hè vừa rồi mẹ mua cho Myla một chiếc ba-lô
chuẩn bị đến tháng 9 này sẽ vào mẫu giáo
Myla thích lắm
đêm, Myla ôm chiếc ba-lô nằm ngủ
ngày, Myla mang ba-lô chạy tung tăng trong nhà
đếm từng ngày chờ buổi tựu trường

rồi tháng 9 cũng đến
rồi ngày tựu trường cũng đến
nhưng cơn đại dịch vẫn còn đó
những con virus vẫn nằm ì ra đó
những con virus như những con quái vật vô hình
chẳng thấy nó ở đâu
nhưng ở đâu cũng thấy nó
con đường làng dẫn đến trường Lees Corner mọi năm rộn
rã tiếng cười [1]
bây giờ vắng hoe, im ắng
những chiếc school bus màu vàng nằm bất động không đưa
đón học sinh
vì trường học không mở cửa
học trò học ở nhà qua hệ thống eLearning
Myla mang ba-lô ngồi trước laptop
nghe cô giáo giảng bài
nghe cô giáo hướng dẫn các trò chơi
vẫy tay chào các bạn qua chiếc màn hình nhỏ

năm học đầu tiên của Myla ở trường Lees Corner là như vậy đó
mai sau Myla chắc sẽ ngỡ ngàng
khi có ai đọc cho nghe đoạn văn này trong bài "Tôi Đi Học"
của Thanh Tịnh:
*"... Buổi sáng mai hôm ấy, một buổi mai đầy sương thu và gió
lạnh. Mẹ tôi âu yếm nắm tay tôi dẫn đi trên con đường làng
dài và hẹp. Con đường này tôi đã quen đi lại lắm lần, nhưng
lần này tự nhiên tôi thấy lạ. Cảnh vật chung quanh tôi đều
thay đổi, vì chính lòng tôi đang có sự thay đổi lớn: Hôm nay
tôi đi học..."*

Tháng 9, tháng 10, rồi tháng 11
ba tháng đã trôi qua
những con quái vật vô hình vẫn còn đó
trường học vẫn tiếp tục đóng cửa
Myla vẫn tiếp tục đợi chờ...
hôm trước, Myla theo chị và mẹ ghé nhà
khuôn mặt rạng rỡ, ba-lô trên lưng
- *Hôm nay hai chị em đi đâu vậy?*
- *Dạ, đi đến trường nhận thức ăn free của nhà trường* [2]
- *Ai là người được nhận thức ăn free?*
- *Ai cũng được cả, mình cần cứ đến nhận*
- *Đi nhận thức ăn chứ đâu phải đi học mà mang ba-lô?*
Myla cười hồn nhiên:
- *Thì cứ tưởng tượng là mình đang đi học để được mang ba-lô*
cùng chị Hazel đến trường.

Virginia, 30.11.2020
(1) Trường tiểu học Lees Corner ở thành phố Fairfax, Virginia.
Trường thu nhận học sinh mẫu giáo 5 tuổi và các lớp 1, 2, 3,
4, 5, 6.
(2) Do dịch Covid-19, công chức phải làm việc ở nhà qua hệ
thống telework, học trò phải học ở nhà qua hệ thống eLearn-
ing. Hàng ngày, các trường học có thức ăn miễn phí dành cho
học sinh nhằm giúp phụ huynh và học sinh tiết kiệm thì giờ,
tập trung vào việc làm và việc học hành.

Quà Sinh Nhật
Cho Em

ra vườn trong sương sớm
hái mấy đóa hồng nhung
tặng em, mừng sinh nhật
chim hót vang khu vườn

bao nhiêu năm chung sống
có lúc gạo không còn
có khi rau cũng hết
cửa nhà thì trống trơn

vẫn đi về phía trước
gian khổ cùng chia nhau
hạnh phúc là có thật
từ tình yêu nhiệm mầu

bao nhiêu năm chung sống
em là cô vợ hiền
em là người bạn tốt
em là một bà tiên

em đã cho tôi hiểu
đời chỉ sống một lần
giữ tấm lòng chung thủy
cho người mình yêu thương

ra vườn trong sương sớm
buổi sáng thật êm đềm
một nụ hôn, em nhé
chúc mừng sinh nhật em

Virginia, 7 tháng 6.2021

Rồi Một Hôm
Chim Bay Về Núi Cũ

rồi một hôm chim bay về núi cũ
đậu trên triền vách đá cheo leo
nhìn xuống dưới: một trần gian khốn khổ
chìm trong cơn đại dịch tiêu điều

nhìn xuống dưới: những con đường vắng ngắt
những căn nhà cửa đóng then cài
những tiếng thở dài trong đêm bão rớt
những phận người không biết được ngày mai

và đâu đó có tiếng ai than khóc
những cuộc chia tay không kịp giã từ
những nấm mồ mọc lên vội vã
những phận người như lá mùa thu

rồi một hôm chim bay về núi cũ
đậu trên triền vách đá cheo leo
nhìn xuống dưới thì thầm cầu nguyện
từ nơi xa vọng lại tiếng chuông chiều

Virginia, tháng 9.2021

CHÀNG ĐI
HAI MƯƠI BỐN NĂM

tặng anh Thành Tôn

khi chàng xuống tới chân đồi
gió thì thầm nhẹ như lời quê hương
bước đi cùng nỗi cô đơn
những trang sách cũ chập chờn bay qua
ngước nhìn về phía quê nhà
hình cha bóng mẹ đã xa muôn trùng

chàng đi tìm một dòng sông
sông bây giờ đã cạn nguồn từ lâu
chàng đi tìm một con tàu
và sân ga đượm nỗi sầu Quảng Nam

chàng đi hai mươi bốn năm
những trang sách cũ theo chân chàng về
đọc bài thơ viết năm xưa
nỗi buồn còn đó như vừa hôm qua
đọc bài thơ lúc chiều tà
nỗi buồn còn đó rất xa mà gần
chàng đi hai mươi bốn năm

Virginia, 24.10.2021

Bài Giã Từ Năm Cũ 1

thức cùng em đêm Giao Thừa
giã từ năm cũ cũng vừa đi qua
một năm bầm dập đời ta
lên bờ xuống ruộng quá là gian nan
một năm vẫn thở không than
vẫn yêu tha thiết tiếng đàn Schubert [*]
vẫn thơ thẩn vẫn bạn bè
rượu dăm ba chén, say, hề văn chương
vẫn cùng em trên con đường
đi tìm lại những giọt sương năm nào
thức cùng em đêm chiêm bao
giã từ năm cũ xin chào tân niên
em thêm một tuổi thần tiên
chúc mừng em, người vợ hiền của anh

Virginia, tháng 1.2022

Bài Giã Từ Năm Cũ 2

thức cùng em đêm Giao Thừa
giã từ năm cũ cũng vừa đi qua
thắp cây nhang lạy ông bà
giữa đêm trừ tịch bao la xứ người
thức cùng em đêm ba mươi
canh nồi bánh tét bên trời tha phương
nhắc cùng nhau một đoạn đường
năm mươi cái Tết anh thương em nhiều
thức cùng em đêm đìu hiu
nhớ vô cùng nhớ những chiều cuối năm
bữa cơm ấm áp quây quần
dịu dàng tiếng mẹ ân cần giọng cha
bây giờ xa mịt mù xa...
bây giờ xa mịt mù xa...

Virginia, tháng 1.2023

ĐẤT CÒN
THƠM MÃI MÙI HƯƠNG
Phần 2
NHỮNG GHI NHẬN

Du Tử Lê   Hồ Đình Nghiêm   Nguyễn Minh Nữu
Nguyễn Vy Khanh   Nguyễn Xuân Thiệp
Phạm Văn Nhàn   Phan Tấn Hải   Trần Doãn Nho
Trần Thị Nguyệt Mai   Trương Vũ

DU TỬ LÊ
Phạm Cao Hoàng,
Tiếng Thơ Tách Thoát Khỏi
Mọi Trào Lưu Thời Thượng

Ngay từ đầu thập niên 1970, tiếng thơ Phạm Cao Hoàng xuất hiện trên nhiều tạp chí văn học ở miền Nam, như Văn, Văn Học, Bách Khoa, Vấn Đề... đã tạo được sự chú ý đặc biệt từ văn giới.

Với hai thi phẩm xuất bản lần lượt các năm 1972, là "Đời Như Một Khúc Nhạc Buồn", rồi "Tạ Ơn Những Giọt Sương" năm 1974, tên tuổi Phạm Cao Hoàng trở thành một trong những thi sĩ được đông đảo độc giả thời đó yêu thích.

Không chạy theo xu hướng thời thượng ở thời điểm kể trên; thí dụ xu hướng chống chiến tranh, hay khuynh hướng mang "buồn nôn" (ảnh hưởng triết lý hiện sinh của Jean-Paul Sartre) vào văn chương. Ông cũng không cho thấy có chút ý hướng biểu diễn chữ, nghĩa một cách khinh bạc (trong khi đời thường mưu cầu chức tước), với những ý niệm triết lý xào nấu, mang đầy tính khoe khoang... "đe dọa"!

Họ Phạm lặng lẽ đem mình ra khỏi trào lưu, xốc nổi thời thế. Ông tự tin, thanh thản với những đường bay thi ca bình thường mà sâu sắc, giản dị mà cảm động, qua những chủ đề, tưởng như tầm thường mà, rất gần nhân thế; rất gần tình yêu con người và; đất nước của ông.

Với tôi, đó là chủ tâm đem vào thơ những địa danh họ Phạm đã sống, như đã từng chết trong chúng.

Với tôi. Đó là hình ảnh không thể thân thiết hơn với đấng sinh thành, với người yêu (cũng là người bạn đời "Cúc Hoa") và, với rất nhiều bằng hữu gần, xa trong đời thường của người thi sĩ, vẫn nâng niu, chữ, nghĩa, dù ở nơi chốn nào nơi xứ người...

Ở phần "Phụ Lục" cuối tuyển tập thơ mới nhất, tựa đề "Đất Còn Thơm Mãi Mùi Hương" do Thư Ấn Quán, in lần thứ ba, tại Hoa Kỳ, 2018, nhà văn Phạm Văn Nhàn, trong bài "Đất và Người", viết: *Gần đây, đọc được bài thơ 'Cha Tôi' của Phạm Cao Hoàng, viết về người cha đã qua đời cách đây 40 năm, tôi vô cùng xúc động:*

...
'ông qua đời khi chiến tranh kết thúc
để lại trần gian nỗi nhớ khôn nguôi
để lại đàn con trên quê hương tan tác
để lại trong tôi vết thương mang theo suốt đời.
...
bốn mươi năm rồi con vẫn nhớ, cha ơi!
ngày mùa đông cha mặc áo tơi ra ruộng
ngày nắng lửa cha gò mình đạp lúa
những sớm tinh mơ cùng đàn bò lầm lũi đi về phía bờ mương'
(Cha Tôi, 2015)"

Cũng từ quá khứ thơm nồng tình bằng hữu, tác giả Phạm Văn Nhàn viết tiếp: *"Dạo ấy, mỗi lần ghé Tuy Hoà, tôi ở lại cùng Phạm Cao Hoàng trong căn nhà nhỏ của gia đình Hoàng. Đọc bài thơ 'Cha Tôi', tôi nhớ đến ngôi nhà và hình ảnh bác trai. Bác cao, hơi gầy và da ngăm đen. Cái đen của nắng và gió, của một người nông dân thuần chất. Hiền và độ lượng. Ngôi* nhà có cái chái bếp nấu ăn bằng những thanh củi. Ngôi nhà có bộ ván ngựa mà tôi và Trần Hoài Thư thường nằm ngủ...

(...)

Và khi đọc bài thơ 'Mây Khói Quê Nhà', tôi muốn viết một chút về Phú Thứ, quê hương của Phạm Cao Hoàng[*]:

...

mùi hương của đất làm con nhớ
những giọt mồ hôi những nhọc nhằn
cha đã vì con mà nhỏ xuống
cho giấc mơ đời con thêm xanh

mùi hương của đất làm con tiếc
những ngày hoa mộng thuở bình yên
nồi cá rô thơm mùi lúa mới
và tiếng cười vui của mẹ hiền"
(Mây Khói Quê Nhà, 1999)

Bài thơ làm tôi nhớ đến con đường dọc theo nương dẫn thủy nhập điền từ đập Đồng Cam về tưới tiêu cho những cánh đồng rộng lớn. Tôi đã từng đi trên con đường này. Tôi lại nhớ đến năm tháng ở trại A.30 và ngày được thả cho về trên chuyến xe lam chạy trên con đường ấy dọc theo những cánh đồng xanh màu xanh của lúa... (Đất Còn Thơm Mãi Mùi Hương, trang 103, 104, 105).

Về tình yêu nơi chốn, ngoài sinh quán Phú Thứ, thì, Đà Lạt là nơi được Phạm Cao Hoàng nhắc tới nhiều nhất. Tựa đó là tình yêu đầu tiên và cũng là cuối cùng của ông, bên cạnh tình yêu ông dành cho những nơi chốn khác:

... Tôi yêu Đà Lạt bởi có Cúc Hoa trong đó. Dường như ta nghe Phạm Cao Hoàng thì thầm như vậy. Ít người có được cái tình và những lời như tác giả 'Đất Còn Thơm Mãi Mùi Hương' nói với người bạn đời của mình. Cảm động nhất là những lúc gian

nan, hoạn nạn. Như cách đây mấy năm khi Cúc Hoa phải vào
nhà thương cấp cứu vì bị đụng xe, lúc trở về phải ngồi xe lăn:

"... em đi xe lăn mà vui
lăn đi em nhé cho vơi nỗi buồn
đưa em về phía con đường
có con sóc nhỏ vẫn thường chào em
hát em nghe bài Je t'aime
kể em nghe lại chuyện tình Cúc Hoa
em đi xe lăn về nhà
mùa xuân nhè nhẹ bước qua bậc thềm"
(Đã Qua Rồi Một Mùa Đông, 2012)

Như đã nói, tình yêu nơi chốn, tựa bất cứ một thứ tình cảm
nào, luôn là những ngọn lửa thương yêu bập bùng trong
tâm-thức-thương-tích của một Phạm Cao Hoàng, thi sĩ.
 Với tôi, nó không chỉ là vết son đậm trên dung nhan thi ca
họ Phạm, mà hiểu rộng ra, đó còn là tình yêu gắn bó, bất
biến giữa thi sĩ và đất nước của ông:

"... đi không phải là đi biệt xứ
thương quê nhà còn lại phía sau lưng
lại cùng em lang thang bên hồ Thạch Thảo
nói với em về một đoạn đời buồn
nói với em về những dòng sông lưu lạc
trôi về đâu rồi cũng muốn trở về nguồn."
(Trích "Chia Tay Đà Lạt",
Đất Còn Thơm Mãi Mùi Hương, trang 37)

Hoặc:

"ngồi bên nhau giọt rượu cay trong mắt
ngồi bên nhau cùng nhớ một quê nhà
quê nhà thì xa mây thì bay qua
đời phiêu bạc như những đám mây trôi giạt

nhớ Ngựa Ô là nhớ những bàn tay ấm áp
tôi thương Ngựa Ô và thương bạn bè tôi."
(Trích "Thương Nhớ Ngựa Ô",
Đất Còn Thơm Mãi Mùi Hương, trang 52)

Hoặc nữa:

"... bây giờ bốn mươi năm sau
tôi về, mây trắng trên đầu bay ngang
vẫn cùng em đi lang thang
vẫn yêu em đến vô vàn, biết không?
vẫn yêu Đà Lạt vô cùng"
(Trích "Chiều Đi Ngang Qua Thung Lũng Fox", Đất Còn Thơm
Mãi Mùi Hương, trang 86)

Tới đây tôi xin tạm ra khỏi cõi-giới thi ca Phạm Cao Hoàng,
bằng mấy câu thơ đẹp của ông, trích từ bài "Đà Lạt và Câu
Chuyện về Khu Vườn Thi Sĩ":

"em mặc chiếc áo dài màu xanh của miền đồi núi
đôi mắt hồn nhiên như một bài thơ tình
(...)

tôi gọi đó là Vườn Thi Sĩ
em gật đầu cười rất nhẹ:
'em sẽ ở cùng anh trong khu vườn đó'
và bàn tay tôi vừa chạm tim em."

DU TỬ LÊ
California, 12.2018

HỒ DÌNH NGHIÊM
ĐẤT HOÀNG THỔ

Làm thơ đã lâu, tháng năm tôi còn ngồi ghế nhà trường chưa xong bậc trung học. Tập thơ đầu của anh xuất bản vào năm 1972.

Quê nhà Tuy Hoà và "Đời Như Một Khúc Nhạc Buồn" đã trỗi lên, mang anh phiêu bồng sang tới vùng Virginia xa khuất. Địa phận này tôi tự đặt tên riêng: Vùng đất kỷ niệm.

Ngày cũ nhỏ nhít, tôi đi không nhiều. Huế, Đà Nẵng, Tuy Hoà, Nha Trang, Đà Lạt, Sài Gòn. Để lại sau lưng sáu (6) thành phố yêu kiều mệnh bạc ấy, nên giờ đây muốn ôn lại hình bóng cũ, hồi tưởng thời vàng son đã vuột mất thì có một nơi không đâu mang đủ lực đẩy cho bằng khu vực Virginia, chốn chập chùng cây xanh bóng mát có gia đình anh chị tôi đến định cư.

Thời làm học trò vụng dại ở Tuy Hoà, ở Đà Lạt, tôi chưa có duyên gặp anh, hai nơi mà anh nào khác gì là thổ địa. Đợi lớn lên, tuy còn vụng dại để bước vào con đường thơ văn anh từng dẫm chân, bấy giờ tôi mới được gặp, được bắt tay người mang tên Phạm Cao Hoàng ở Virginia một hôm trời buồn trời trở rét trời xám ngoét trời xúi lạnh lòng. Nếu có chút gì chợt dấy lên, gây nhiệt làm ấm thì e rằng đó là tôi kịp hay ra, trong muộn màng, Phạm Cao Hoàng là một nhà thơ.

Hiền lành, điềm đạm, ít nói, giọng trầm ấm, chữ viết đẹp, và lạ lùng thay trong các buổi quây quần cùng bè bạn sinh hoạt trong lãnh vực văn học khác vùng miền vừa hội tụ, tôi vẫn luôn an tâm ngồi kề bên một người có vóc vạc khá lớn con ấy. Tôi thực sự bất bình nếu có ai mượn cổ thi ra để bảo "gần trong gang tấc mà xa nghìn trùng". Ngồi với nhà thơ Phạm Cao Hoàng tôi nghiệm thấy ở gang tấc này sẽ mãi là một vai đâu vai, như Tuy Hoà vốn giao duyên cùng Đà Lạt mà nghìn trùng, nếu có, chỉ là khoảng cách do địa lý mang lại thôi. Montréal và Virginia với tôi muôn năm là gang tấc, bởi nếu xa xôi bạn chẳng tài nào đón nhận được những hơi ấm lây lan dồn qua, gửi sang.

Tôi ao ước được hóa thân làm hương mùi cà phê lẩn trốn trong thơ anh:

"Cám ơn những sáng êm đềm
khói cà phê quyện bên hiên nhà mình".

Có người từng nói (và tôi đặt lòng tin vào): Làm thơ chỉ để gửi cho đời chút hương!

Tuần rồi, qua bưu điện, tôi nhận được món quà bất ngờ, thi tập "ĐẤT còn thơm mãi mùi hương" của tác giả Phạm Cao Hoàng ký tặng, 112 trang chứa đựng 41 bài thơ viết sau 1975. Đặc biệt đây là lần in thứ ba, tháng 9/2018, do Thư Ấn Quán đảm trách in trên giấy đặc biệt linen business paper được Thiên Kim trình bày đẹp mắt. Phụ bản gồm tranh của Đinh Cường, Trương Vũ, Nguyễn Trọng Khôi, Đinh Trường Chinh và những ảnh chụp phong cảnh của chính tác giả. Phụ lục gồm hai bài viết của Nguyễn Xuân Thiệp và Phạm Văn Nhàn.

Ở đoạn trên, tôi có e dè đưa ra chút lượng định sơ khởi về nhà thơ Phạm Cao Hoàng ở phút đầu gặp nhau: Điềm đạm, hiền lành, ít nói... Bây giờ tôi cực lòng hỏi bạn đúng, sai về một ý tưởng cổ xưa: "Văn là người". Tôi từng ngờ vực tới thứ nhận định này bởi tôi không thích những áp đặt nhằm vơ đũa cả nắm, cũng tùy thuộc vào từng sự cá biệt của mỗi tác giả. Nhưng đã từng bắt chuyện cùng anh Phạm Cao Hoàng, được đọc thơ anh làm, những gì điềm đạm, từ tốn, hiền lành, thân cận, trao nỗi bình an cho người đối diện, tôi bắt gặp đã không có mấy sai biệt giữa con người và tác phẩm. Thi tập mang tên "ĐẤT còn thơm mãi mùi hương", chữ ĐẤT in hoa, dùng co chữ to và điều này trao cho riêng tôi một cảm nhận: Thơ anh cũng như con người tác giả đều hiền hoà như một hòn đất. Nghĩ là dài dòng, chứ ban đầu tôi định dùng tựa đề là "Đất cũng như người, đọng mãi mùi hương".

Không riêng tôi, họa sĩ Đinh Cường lúc còn tại thế, vẫn luôn dành cảm tình đến nhà thơ bằng vào nhận xét:

"Nơi đây tôi gặp người bạn luôn đội mũ
Nét mặt đăm chiêu mà tốt vô cùng
Có lẽ cũng từ một miền quê êm đềm lắm
Nuôi con người luôn sống bao dung".

"Miền quê êm đềm lắm" nằm đầy, chất ngất trong thơ của Phạm Cao Hoàng, bởi trước tiên và sau cùng tác giả vốn nặng lòng với quê nhà, với ruộng vườn mà cha ông từng ươm trồng hoa lành quả ngọt. Tôi thích bài SCIBILIA, Ngày Cuối Thu quá lắm:

"Scibilia, ngày cuối thu
tôi đuổi theo những đám sương mù
và khi quay lại tôi nhìn thấy
một giọt sương buồn trong mắt em

giọt sương đọng suốt mười lăm năm
long lanh từ thuở xa quê mình
và em nói rằng em rất nhớ
những bước chân về – đêm cao nguyên

giọt sương đọng suốt mười lăm năm
từ khi mình bỏ núi xa rừng
và em nói rằng em rất nhớ
một chút mây trời Langbiang

giọt sương đọng suốt mười lăm năm
ừ, khóc đi em cho đỡ buồn
quê hương còn đó nhưng xa lắm
và biết ngày về kịp nữa không".

Tôi ngồi yên để tập hít thở, để cho giọt sương thôi làm mờ nhãn quang. Tôi dụi mắt và tôi thử đọc bài Sau Chiến Tranh Trở Lại Tuy Hoà làm vào năm 1976 in ở trang 14 để thấy "nét đăm chiêu" của "người luôn sống bao dung":

"khi về thăm lại cố hương
thấy quê nhà nghĩ càng thương quê nhà
hắt hiu một bóng mẹ già
một ngôi mộ cỏ xanh và khổ đau
bâng khuâng một chút vườn sau
ngậm ngùi ngõ trước lao xao nắng vàng
đã qua chưa cuộc điêu tàn
đám mây năm cũ biết tan nơi nào".

Một nỗi buồn lặng không hơn không kém, bao dung là bởi vậy, lời thơ chỉ thế một tiếng thở dài, kỳ dư chẳng oán trách hoặc ẩn chứa sự hằn học nào cả. Lành hơn cả một hòn đất chịu cày xới tơi bời sau chiến tranh. Bi quan thường không mấy khi nẩy mầm trên cuộc đất ấy, đọc thơ Phạm Cao Hoàng là tìm về, mong ngóng bắt gặp nỗi bình an. Bình an ở khung cảnh anh nhẹ nhàng đưa ra, bình an luôn cả chữ dùng dung dị. Nói theo thuật ngữ của Leonardo da Vinci: "Đơn giản là thứ rất mực cầu kỳ". Phạm Cao Hoàng lại dụng tâm tránh xa cầu kỳ, anh thích đơn giản và bất ngờ đất đã làm thơm một nụ hoa chợt bung nở. Viết về tình yêu cũng thế, trong ngần chẳng cần phải cường điệu hóa trang như bao nhà thơ khác. Anh thích làm dòng suối chưa từng ô nhiễm hơn là một lao thân của sông hồ lắm phèn chua nước mặn, thử dọn lòng đọc đôi câu bình dị, chân thật một tỏ bày chẳng vẩn đục:

"mười năm và mười mùa đông
trong hơi thở có hương nồng em trao
có tình em rất ngọt ngào
trong veo như giọt sương đèo Prenn
nồng nàn như đêm Lâm Viên
như Đà Lạt với lời nguyền năm xưa".

Đà Lạt. Ôi chao một trời thương nhớ vừa xao động. Có phải tôi cảm thơ Phạm Cao Hoàng do bởi từng "đắp chung chăn" giữa một trời cao nguyên lắm huyễn mộng? Không, nhà thơ luôn sáng suốt đối mặt với sự thật, nếu có chăn thì bị lấy đi, buộc tỉnh thức:

"còn chăng là hai bàn tay
đã chai sạm với tháng ngày gian nan
còn chăng là mây lang thang
trên đồi gió hú bạt ngàn rừng thông
còn chăng là đêm mênh mông
người ngồi nhớ một dòng sông cạn rồi".

Đây chỉ là trích đoạn của bài thơ mang tên Người Thi Sĩ Ấy Không Còn Làm Thơ viết ở Đà Lạt năm 1985 in ở hai trang 16 và 17 mà tôi cả gan bỏ mất đoạn giữa. Bạn đọc có yêu

ĐẤT còn thơm mãi mùi hương, khi cầm tập thơ trên tay sẽ đọc đủ đầy tâm cảm của nhà thơ (tôi sử dụng nghệ thuật úp mở để chào hàng chăng?).

Tôi yêu bài Mây Trắng mà nhà thơ Phạm Cao Hoàng dành "tặng anh Trần Huiền Ân" in ở trang 29:

"ngày đi về phía mặt trời
tôi nghe tiếng gọi của người năm xưa
và nghe tiếng mẹ ầu ơ
bên dòng sông với đôi bờ quạnh hiu
xóm thôn một thuở tiêu điều
gian nan cùng với cuộc phiêu lãng này
ngày về trắng hai bàn tay
người về ôm lấy cụm mây trắng buồn
khói ngày xưa ấy còn vương
sương còn đọng lại bên dòng cổ thi
ngày về nhớ lúc ra đi
biển gào lên khúc biệt ly sao đành
vậy mà...
biển biệt bao năm".

Thơ làm ở Virginia năm 2009 mà dòng in chữ nghiêng là Bài Hát Ngày Về, thơ của Trần Huiền Ân.

Hơi cổ điển, bạn có thấy vậy không? Tôi vẫn nghĩ, nếu bạn muốn thử nghiệm làm mới thi ca, ít nhất bạn sẽ gặp phải hai vấn nạn: Thứ nhất bạn mất đi sự thành thật có trong cảm xúc ban đầu, mặt khác bạn dẫn người đọc đến một quang cảnh khác lạ buộc người ta phải tìm cách thích nghi. Và tôi cho, do lẽ đó lời thơ bạn chuyển tải khó đậu lại, luyến lưu dài hơi trong tâm cảm người đọc. Cô lại trong ý tôi muốn nói, một bài thơ hay là bài thơ ấy như giọt mực khó phai đọng giữa lòng trang giấy trắng, giản đơn là thế, nôm na là thế, qua thời gian, giọt mực đó có mờ phai nhưng không thể biến mất được.

Tôi cũng mọc lên sự so sánh, rằng khi được đối mặt với hai giai nhân, tôi chan đầy cảm tình trước một dung nhan không son phấn hơn là một vẻ đẹp được bồi đắp qua nhiều mỹ phẩm. Một khuôn mặt mộc khiến tôi cảm động. Bạn có thể không đồng ý với mỹ quan thô thiển của tôi, đành vậy. Tôi yêu da thịt thuần khiết, nguyên trạng thay vì phải hôn lấy một giọt tinh dầu dẫu mắc tiền đã ngụy trang, xức lên cơ thể người bạn khác phái. Bạn lại nhăn mặt? Bạn nghĩ mùi đất nồng có thơm không? Hãy thử đọc lấy thơ của Phạm Cao Hoàng rồi hãy phê phán tôi sau, nhé.

Nhà thơ Phạm Cao Hoàng có mở trang văn học nghệ thuật nhằm chia sẻ, đăng tải các sáng tác của văn hữu trong đủ mọi thể loại kể cả hội họa và âm nhạc. Tôi theo dõi để phát hiện là anh làm thơ không nhiều. Nhìn lại suốt mấy mươi năm buồn vui cộng hưởng trên chặng đường dài, tác phẩm anh hiện diện với đời chỉ có:

Đời Như Một Khúc Nhạc Buồn (Thơ, 1972)
Tạ Ơn Những Giọt Sương (Thơ, 1974)
Mây Khói Quê Nhà (Thơ tuyển, 2010)
Mơ Cùng Tôi Giấc Mơ Đà Lạt (Truyện, 2013)
Đất Còn Thơm Mãi Mùi Hương (Thơ, bản in đầu 2015)

Năm (5) đứa con tinh thần, như vậy là ít so với nhà thơ Luân Hoán và nhà thơ nhà văn Trần Hoài Thư. Sở dĩ tôi mang Phạm Cao Hoàng đối chiếu cùng nhị vị kia bởi lẽ vô tình, cả ba người đều có chung một điểm trùng lẫn đáng ngợi ca, ấy là họ rất mực thương quý người đi lặng lẽ bên cạnh cuộc đời thăng trầm, gánh vác và thông cảm những hệ lụy mà nhà thơ thường gặp phải. Tôi đã diện kiến với cả ba (3) chị, họ đẹp mà chẳng cần nương nhờ tới phấn son, bội phần

rạng ngời qua thơ người chồng biểu đạt, chẳng mỏi mệt.
Một trích đoạn đơn cử:

"cùng em ra sân cào tuyết
biết là vất vả mà vui
và cứ hồn nhiên em nhé
cùng tôi đi giữa cuộc đời
thức dậy lúc ba giờ sáng
ngoài trời tuyết trắng như bông
tôi yêu những bông tuyết trắng
và yêu em – đóa hoa hồng".

Nhảy qua bài khác, gặp phải:

"thương em ngày nắng Tuy Hoà
chiều mưa Đức Trọng, sáng Đà Lạt sương
thương em và những con đường
một thời tôi đã cùng em đi về
....
thương em nắng dãi mưa dầu
đau cùng tôi với nỗi đau riêng mình
chia cùng tôi một chút tình
của ngàn năm trước và nghìn năm sau
về đâu chẳng biết về đâu
thôi thì về lại buổi đầu gặp em
dòng sông xưa ấy êm đềm
mùa thu năm ấy bên thềm lá bay
bàn tay nắm chặt bàn tay
dìu nhau qua những tháng ngày gian nan".

Như vậy, cần phụ chú thêm, nổi bật trong thơ Phạm Cao
Hoàng là hai chủ điểm: Yêu ruộng, vườn, đất, nước và yêu
"Em". Quyện lại, hoà nhập trong nỗi nhớ thương đằm thắm,
thật thà. Cả hai đều son sắt, thủy chung.

Nhà thơ Phạm Cao Hoàng vốn ít nói, không nhiều tâm sự. Tôi lạm bàn dài dòng như trên e sợ làm trái ý anh. Tôi chỉ là một người đọc bình thường tới tầm thường, đứa ấy không giỏi chuyện bình thơ, chỉ biết ghi lại đơn sơ một vài cảm nhận trong nhất thời. Dù có thế nào đi chăng nữa, tôi xin được cảm ơn nhà thơ Phạm Cao Hoàng vừa trao gửi cho tôi ít đất đai thu giấu trong phong bì vàng, mở ra nghe dậy mùi thơm hoàng thổ. Hoàng thổ có thể là ám danh của ngày xưa Đà Lạt, hoàng thổ là đất vàng và hoàng thổ cũng nên hiểu là giọng thơ chân chất hiền lành của người mang tên Hoàng, Phạm Cao Hoàng. Tôi trân quý và tôi xin giới thiệu tới bạn đọc một thi phẩm hay vừa được in tới lần thứ ba.

HỒ ĐÌNH NGHIÊM
Montréal, Oct. 17, 2018

NGUYỄN MINH NỮU
Phạm Cao Hoàng,
Hào Sĩ Đất Phương Nam

Ba mươi chưa hỡi người tuổi trẻ...

Đó là câu thơ mở đầu một bài thơ của Phạm Cao Hoàng. Câu thơ đơn giản như vậy nhưng khi đọc bài thơ này vào năm 1971 trên tạp chí Ý Thức, tôi rất xúc động. Lúc ấy tôi đang ở Đà Lạt và tôi không biết gì về tác giả ngoài cái tên đọc trên báo. Bài thơ tôi không thuộc hết, chỉ nhớ bốn câu và cái tên Phạm Cao Hoàng.

ba mươi chưa hỡi người tuổi trẻ
mà trông như tóc đã hoa râm
chân đã mỏi trên đường phiêu lãng
cuộc bể dâu vùi dập biết bao lần

Những năm tháng cao điểm của chiến tranh, cao điểm một thời tuổi trẻ khắc khoải, chúng tôi sống như trong một chảo lửa vào đầu thập niên 70 ở Việt Nam hồi đó. Câu thơ thường dội lên trong lòng tôi mỗi ngày, trằn trọc mỗi đêm và làm tôi nhớ đến bây giờ.

Không hiểu bài thơ đó Hoàng viết cho mình, hay viết cho một người bạn nào, nhưng tôi mường tượng ra Hoàng gửi cho tôi, hoặc những người giống như tôi đầy rẫy trên đất nước này vào thời bấy giờ. Năm đó tôi 21 tuổi.

Chúng tôi không có bất kỳ một liên lạc gì với nhau. Chiến tranh càng lúc càng lan rộng. Tôi lưu lạc nhiều nơi: Ban Mê

Thuột, Nha Trang, Kon Tum, Pleiku và sau 1975 thì về lại Sài Gòn mưu sinh. Cái thời "văn nghệ văn gừng" cũng chìm khuất đâu đó trong sâu thẳm. Rồi tới năm 1995, tôi rời Việt Nam qua định cư ở Hoa Kỳ với một thân thể kiệt quệ, trí óc mỏi mòn và gánh nặng cơm áo di dân.

Một buổi chiều năm 2005, khi đang làm việc trong doanh trại Fort Belvoir, bất ngờ tôi nhận được một cú điện thoại lạ.
– Có phải Nguyễn Minh Nữu đó không?
– Vâng là tôi, xin lỗi ai đầu dây?
– Là Phạm Cao Hoàng đây…

Tôi ngạc nhiên trong một giây rồi hỏi lại:
– Là nhà thơ Phạm Cao Hoàng?
– Đúng rồi.
– Ủa, sao ông có số điện thoại của tôi?
…
Câu chuyện trên điện thoại ngắn thôi. Hoàng cho tôi địa chỉ ở ngay Virginia, và hẹn tôi cuối tuần gặp nhau sẽ nói nhiều hơn.

Thì ra trước đó khoảng một hai năm, đứa con gái thứ nhì của tôi sinh hoạt trong một hội nhóm thanh niên Việt Nam vùng Hoa Thịnh Đốn có quen một bạn gái đồng lứa, không hiểu câu chuyện giữa hai đứa nhỏ đó nói với nhau điều gì để rồi khoe với nhau: *Bố tôi làm thơ. Ba tôi cũng làm thơ*… Khi đứa con gái về hỏi tôi có quen ai làm thơ tên Hoàng không, tôi suy nghĩ một chút rồi trả lời nếu làm thơ thì con phải biết bút hiệu ông đó là gì, tên đầy đủ, chứ một chữ Hoàng không thì chịu thua. Câu chuyện chìm trong quên lãng, về sau hỏi lại mới biết lúc đó Phạm Cao Hoàng vừa từ một tiểu bang khác về định cư ở Virginia, công việc chưa ổn định, chao đảo với một đời sống mới và cũng như tôi, túi bụi vào việc kiếm sống.

Căn nhà Hoàng ở là một townhouse, nhỏ, gọn và xinh xắn nằm ở đường Black Horse, thành phố Centreville, cách chỗ tôi khoảng 25 phút lái xe. Chị Cúc Hoa đón khách nhẹ nhàng, ít nói nhưng tia mắt thân tình và dễ mến. Tôi vui khi nhớ lại bài thơ của Hoàng, bài "Nhớ Cúc Hoa":

và buồn thảm ôi những chiều lặng lẽ
núi và anh thành hai kẻ đăm chiêu
núi ngó anh và anh ngó núi
núi đụng trời anh đụng nỗi đìu hiu...
(Phạm Cao Hoàng – Nhớ Cúc Hoa, 1974)

Buổi gặp gỡ đầu tiên đó cho tôi một ấn tượng là gặp một gia đình cha hiền, con hiếu thảo, vợ chồng hoà thuận và tận mặt gặp gỡ một nhà thơ mình đã có cảm tình từ hơn 30 năm trước, một con người nho nhã, điềm đạm và rất chân tình, để rồi nảy sinh ước muốn kết bạn lâu dài.

Căn nhà nhỏ ở Centreville đó tôi còn đến nhiều lần nữa, thường khi là để cùng Phạm Cao Hoàng gặp gỡ với một ai đó từ xa đến, hoặc là dự họp mặt nhóm bạn văn nghệ miền Đông Hoa Kỳ. Lý do chọn nơi đây làm nơi hội tụ là vì tính hiếu khách của chủ nhà, sự chu đáo của chị Cúc Hoa, những món ăn rất ngon đầy mới lạ của cô con gái lớn của Phạm Cao Hoàng: Thiên Kim. Thiên Kim nấu ăn rất ngon, và đặc biệt hơn nữa là dành sự yêu mến trân trọng đối với các người bạn văn nghệ của cha mình.

Phạm Cao Hoàng có một gia đình rất tuyệt vời, thật đáng quý ở chỗ các cháu có một tấm lòng đặc biệt yêu quý văn chương. Có mấy nhà thơ trên đời này được các con thu gom bài vở và bỏ tiền in ấn tác phẩm cho cha? Tập thơ MÂY KHÓI QUÊ NHÀ tập hợp những bài thơ chọn lọc của Phạm Cao Hoàng viết trước 1975 đã được thành hình như thế vào năm 2010.

Những buổi gặp gỡ ở nhà Phạm Cao Hoàng, chị Cúc Hoa và các cháu Thiên Kim, Anh Kim, Quỳnh Anh phục vụ chu đáo từng món ăn, từng ly nước. Các cháu cùng tham gia sinh hoạt, lắng nghe các bài thơ, các bản nhạc... Chính trong căn nhà này, họa sĩ Đinh Cường đã phóng bút viết một trong những bài thơ hay nhất của ông – "Đoạn Ghi Đêm Centreville" để tặng họa sĩ Nguyễn Trọng Khôi:

Tôi biết vì sao anh vẽ ly thủy tinh
vẽ những viên cuội như có linh hồn
sao chiều nay gặp nhau nhà Phạm Cao Hoàng
Centreville mà như ngồi ở Harvard Square
tiếng chim báo mùa xuân đã về
bình hoa tulipe màu vàng chanh
giọng ca Phong một thời Đà Lạt
những cánh hoa phù dung buồn
ru người con gái ngủ yên bên Hồ Than Thở
mây trên núi Đôi buổi chiều bay thấp xuống
không có bước chân ai về trên đồi thơm (*)
đánh thức những vì sao
đánh thức vầng trăng khuya
trên những mái nhà nguyện cổ Domaine de Marie
hay chuông ban trưa nhà thờ Con Gà
đôi má ửng hồng áo len xanh
nụ hôn đầu giấu dưới hàng hoa mimosa

Tôi biết vì sao anh vẽ ly thủy tinh
vẽ những viên cuội như có linh hồn
viên cuội trắng của tôi thời trẻ dại
thủy tinh buồn thoáng hiện bóng ai xưa...
(Đinh Cường – Đoạn Ghi Đêm Centreville, 28.2.2011)

Căn nhà nhỏ đó có thật nhiều kỷ niệm với bạn bè. Nguyên Minh, chủ biên tập san Quán Văn (Sài Gòn), các bạn chủ biên trang Tiền Vệ (Úc Đại Lợi), Nguyễn Quyết Thắng và Minh Chiến (Hà Lan) và nhiều văn nghệ sĩ khác từng ghé đến nơi này: Đinh Cường, Trương Vũ, Nguyễn Trọng Khôi và Mai Phúc, Nguyễn Ngọc Phong và Tôn Nữ Phú, Chân Phương, Trần Doãn Nho, Hoàng Ngọc Lĩnh, Trần Hoài Thư và Ngọc Yến, Nguyễn Minh Nữu và Kim Mai, Nguyễn Thị Thanh Bình, Bạch Mai, Lê Thiệp, Hoàng Khởi Phong, Nguyễn Xuân Thiệp, Hoài Ziang Duy, Võ Chân Cửu, Trần Phù Thế từng ghé lại nơi này.

Khi chuyển về căn nhà mới ở Fairfax, một căn nhà biệt lập khang trang, nằm trên sườn đồi Scibilia cỏ xanh mượt và một con suối nhỏ ở khu rừng phía sau nhà, Phạm Cao Hoàng vẫn nhớ về căn nhà nhiều kỷ niệm đó:

Vậy là mình chia tay Ngựa Ô đã được một năm
nhớ Ngựa Ô là nhớ những ngày mùa đông rất lạnh
ba giờ sáng tôi và em ra trước nhà cào tuyết
gió tạt tê người lòng vẫn thấy vui
vì em vẫn đi bên cạnh cuộc đời tôi
và trong căn nhà nhỏ kia
có những mặt trời đang mọc
có tiếng dương cầm Giovanni như dòng suối mát
có tiếng hát Thái Thanh và Tình Hoài Hương
nhớ Ngựa Ô là nhớ con đường
đêm mùa thu tôi cùng em đi về phía hồ Thạch Thảo
tiếng xào xạc của lá vàng
và giọt sương trên vai áo
tôi thương Ngựa Ô và tôi thương em

vậy là mình chia tay Ngựa Ô đã được một năm
nhớ Ngựa Ô là nhớ những đêm bạn bè hát khúc sầu ca viễn xứ
nhớ Nguyễn Ngọc Phong và Gửi Em, Đà Lạt
nhớ Đinh Cường và Đoạn Ghi Đêm Centreville

nhớ Nguyễn Minh Nữu và Mênh Mông Trời Bất Bạt
nhớ Nguyễn Trọng Khôi và Giấc Mộng Trên Đồi Thơm
nhớ Ngựa Ô là nhớ con đường
in dấu chân bạn bè tôi từ những nơi xa xôi có khi là nửa vòng
trái đất
ngồi bên nhau giọt rượu cay trong mắt
ngồi bên nhau cùng nhớ một quê nhà
quê nhà thì xa mây thì bay qua
đời phiêu bạc như những đám mây trôi giạt
nhớ Ngựa Ô là nhớ những bàn tay ấm áp
tôi thương Ngựa Ô và thương bạn bè tôi
(Phạm Cao Hoàng – Thương Nhớ Ngựa Ô, 2014)

Quen với Phạm Cao Hoàng, và rồi thân thiết với Phạm Cao Hoàng thoáng thế mà đã 10 năm. Tôi bàng hoàng với bài thơ "Thơ Tặng Người Tuổi Trẻ" cách đây 50 năm, nhưng lại chia sẻ cảm xúc nhớ nhung qua bài "Nhớ Cúc Hoa", và tâm huyết với Phạm Cao Hoàng qua bài "Cha Tôi":

và bài thơ tôi viết đêm nay
là bài thơ sau bốn mươi năm
kể từ hôm vượt đèo Ngoạn Mục xuống Sông Pha
chạy ra Tuy Hoà
trở vô Sài Gòn
và nhận tin cha tôi đã chết
ông qua đời khi chiến tranh kết thúc
để lại trần gian nỗi nhớ khôn nguôi
để lại đàn con trên quê hương tan tác
để lại trong tôi vết thương mang theo suốt cuộc đời

bốn mươi năm rồi con vẫn nhớ, cha ơi!
ngày mùa đông cha mặc áo tơi ra ruộng
ngày nắng lửa cha gò mình đạp lúa
những sớm tinh mơ cùng đàn bò lầm lũi đi về phía bờ mương
rồi mùa thu cha đưa con đến trường
con thương ngọn gió nồm

mát rượi tuổi thơ những ngày đầu đi học
đi ngang qua Duồng Buồng [*] *bọn nhỏ trong thôn vẫn thường trêu chọc:*
chiều chiều ngọn gió thổi lên
học trò Thầy Bốn chẳng nên đứa nào
thương cha một đời lận đận lao đao
cầm lấy chiếc cày để tay con được cầm cuốn sách
thương chiếc áo cha một đời thơm mùi đất
thương đất quê mình thơm mãi mùi hương
rồi mùa thu cha đưa con đến trường
con thương những con đường
cha đã dẫn con đi về phía trước
con vẫn còn đi sao cha đành dừng bước
bốn mươi năm trời con thương nhớ, cha ơi
(Phạm Cao Hoàng – Cha Tôi, 2015)

Bài thơ viết về người Cha, đẫm trong lời thơ là cái tình man mác của kính và yêu. Một đề tài ít có trong thơ và lại là một đề tài xúc động. Trong rất ít những bài thơ viết về Cha trong thơ hiện đại, tôi nghĩ bài "Cha Tôi" của Phạm Cao Hoàng là một bài xuất sắc, rung động lòng người. Bài thơ như những sợi máu rút ra từ trái tim nhân hậu.

Một kỷ niệm với Phạm Cao Hoàng, mà kỷ niệm đẹp này chỉ tôi biết chứ Hoàng không hề biết. Năm 2020, tôi có ý định tập họp một số anh em bằng hữu thực hiện một tuyển tập tên là GHI NHẬN 2020. Khi tôi nói ý định này với Hoàng, Hoàng nồng nhiệt khuyến khích và tham gia với tôi. Hoàng hỏi tôi định in ở đâu, xuất bản thế nào. Khi tôi trả lời chưa quyết định gì cả, Hoàng nhiệt thành giới thiệu nhà xuất bản Nhân Ảnh và người layout bài vở chuyên nghiệp là Nguyễn Thành ở Việt Nam. Lê Hân của nhà xuất bản Nhân Ảnh thì tôi có biết, còn Nguyễn Thành thì dù chưa thân lắm, nhưng chúng tôi đã từng gặp mặt nhiều lần, kể cả ngồi riêng hai đứa uống cà phê chuyện trò. Thế nhưng khi Phạm Cao Hoàng đề nghị tôi giao bản thảo cho Nguyễn Thành layout, sau khi cúp điện thoại, Hoàng đã gửi tôi một email, trong đó Hoàng đã viết nháp sẵn một cái thư để tôi gửi cho Nguyễn Thành. Tất nhiên bức thư đó tôi không sử dụng, bởi vì tôi đủ tình thân để gọi cho Nguyễn Thành nói chuyện trình bày layout và giá tiền phải trả. Nhưng bức thư nháp của Phạm Cao Hoàng lại làm tôi xúc động. Bạn tôi quá chân tình, và tình cảm dành cho tôi quá nồng nhiệt, việc của tôi mà bạn đã tự động coi như trách nhiệm của mình, bằng hết sức của mình giới thiệu để công việc được suôn sẻ hoàn mãn. Tôi im lặng để hưởng thụ cái cảm giác được chăm sóc đó.

Từ mùa dịch bệnh, cả năm nay tôi và Hoàng ít có dịp gặp nhau, và hoàn toàn không có được những lần ghé nhà không cần báo trước, để hai đứa ra cái deck sau nhà, nhìn xuống dòng suối chảy lờ lững bên dưới, thấp thoáng đôi khi vài chú nai ngơ ngác, nghe tiếng chim kêu, uống ly cà phê và luôn luôn có chút bánh ngọt chị Cúc Hoa đem ra dù đến không báo trước. Bao giờ Hoàng cũng chuẩn bị sẵn một cái gạt tàn thuốc lá dù anh không hút. Chúng tôi không có thói quen gọi điện thoại hỏi thăm nhau, mà chỉ gọi khi cần, nhưng mênh mang và thương nhớ nhiều lắm. Xin ghi lại đây một bài thơ của Phạm Cao Hoàng, bài tâm sự với người tình, nhưng sao chúng ta không nghĩ là lời tâm sự với bạn bè chứ? Bài "Cũng May Còn Có Nơi Này":

rồi em và tôi đi xa
mang theo hình bóng quê nhà thân thương
bây giờ đời đã muộn màng
nửa vòng trái đất lang thang quê người
xa quê hương em và tôi
cùng chia nhau những ngọt bùi đắng cay
cũng may còn có nơi này
có mây có khói có cây cỏ và...

có rừng Scibilia
để tôi còn nhớ chút Đà Lạt xưa
để còn mơ một ngày về
đi về phía Ngã Ba Chùa cùng em
đi tìm lại chút êm đềm
đoạn serenade và đêm thơ tình
nụ cười em lúc bình minh
bàn tay rất ấm hôm mình quen nhau
và căn nhà thuở ban đầu
bức tranh và những gam màu tôi yêu
đi tìm lại những buổi chiều
qua cây cầu nhỏ tôi theo em về
đi tìm lại những đam mê
những hò hẹn những đợi chờ ngất ngây
cũng may còn có nơi này
để tôi còn có những ngày bên em.
(Phạm Cao Hoàng – Cũng May Còn Có Nơi Này, 2015)

NGUYỄN MINH NỮU
Virginia, tháng 4.2021

NGUYỄN VY KHANH
Thơ Ca Phạm Cao Hoàng Ở Quê Người

Vào đầu thế kỷ XXI, văn-học hải-ngoại sau một phần tư thế kỷ đã phải chuyển động theo lẽ tự nhiên lão hóa và bất ngờ thêm nhân tố từ trong nước gia nhập cộng đồng ở ngoài nước từ nay đa dạng hơn nhưng đa số vẫn là tập thể tị nạn cùng con cháu họ và nói chung mang cùng tâm thức. Thi ca từng phong phú về giá trị nghệ thuật và số lượng ở thế hệ người Việt hải ngoại thứ nhất, rồi dần yếu đi - phải chăng đã đủ chứng tích, hay ý chí sáng tạo thơ muôn đời đã bớt hoặc hết còn thôi thúc? Đó cũng là thời điểm thơ Phạm Cao Hoàng tái xuất trên trường văn: sau khi định cư ở Hoa Kỳ, đến năm 2005 ông cầm bút trở lại. Nếu trước biến cố 30-4-1975, thơ ca Phạm Cao Hoàng nội dung chủ yếu về chiến-tranh, tình-yêu và quê-hương – cả ba có thể tìm thấy trong Đời *Như Một Khúc Nhạc Buồn* 1972 và *Tạ Ơn Những Giọt Sương* 1974 – sau được tái bản trong tuyển thơ *Mây Khói Quê Nhà* năm 2010, thì thời hải ngoại, ngoài thơ và truyện ngắn, ông còn viết một số ca khúc và điều hành trang mạng Blog Phạm Cao Hoàng sau được chuyển thành Trang Văn Học Nghệ Thuật Phạm Cao Hoàng *phamcaohoang.com*.

Tác phẩm Phạm Cao Hoàng đã xuất bản ở quê người gồm tập truyện và tạp bút *Mơ Cùng Tôi Giấc Mơ Đà Lạt* (2013) và tập thơ *Đất Còn Thơm Mãi Mùi Hương* (2015), đều do nhà Thư Ấn Quán ở New Jersey, Hoa-Kỳ xuất bản.

Đất Còn Thơm Mãi Mùi Hương đến với văn học hải ngoại như những hồi tưởng, tiếc nuối và tâm tình nhẹ nhàng, trầm lắng, rất Việt Nam và thiển nghĩ tiêu biểu cho một dòng văn chương lưu vong, xa quê.

Qua những hồi tưởng thâm trầm này, nhà thơ ghi lại cơn bão dữ đã ập xuống miền Nam ngày 30-4-1975 và đã đày đọa người dân sau những tan nát của cuộc chiến huynh đệ tưởng đã quá đủ:

"khi về thăm lại cố hương
thấy quê nhà nghĩ càng thương quê nhà
hắt hiu một bóng mẹ già
một ngôi mộ cỏ xanh và khổ đau
bâng khuâng một chút vườn sau
ngậm ngùi ngõ trước lao xao nắng vàng
đã qua chưa cuộc điêu tàn
đám mây năm cũ biết tan nơi nào"- Tuy Hoà, 1976
(Sau chiến tranh trở lại Tuy Hoà)

Người người không phân biệt tuổi tác đã phải tìm sống còn, dĩ nhiên "người thi sĩ ấy không còn làm thơ" như tựa bài thơ của 10 năm sau ngày định mệnh ấy:

"mười năm và mười mùa đông
người thi sĩ ấy không còn làm thơ
còn chăng là tiếng ngựa thồ
thở khi lên dốc bụi mờ mịt bay
còn chăng là hai bàn tay
đã chai sạm với tháng ngày gian nan
còn chăng là mây lang thang
trên đồi gió hú bạt ngàn rừng thông
còn chăng là đêm mênh mông
người ngồi nhớ một dòng sông cạn rồi"

- Đà Lạt, 1985
(Người thi sĩ ấy không còn làm thơ)

Rồi đến lúc phải bỏ quê hương mà đi - ra đi đã là một mất mát và quyết định ly hương luôn đã là một khó khăn chẳng đặng đừng. Ngay trong những bài thơ đầu sáng tác ở hải ngoại, Phạm Cao Hoàng đã nói nhiều đến những nỗi nhớ quê nhà:

"khi dừng lại bên dòng Potomac
em bên tôi vẫn rất dịu dàng
gió lồng lộng cả một trời đông bắc
tóc em bay trong nắng thu vàng
...
khi dừng lại bên dòng Potomac
tôi và em nhìn lại quê nhà
buồn hiu hắt thương về chốn cũ
phía chân trời đã mịt mù xa" - Virginia, 2005
(Khi dừng lại bên dòng Potomac).

Quê hương dù cách biệt nhưng luôn hiện diện, vẫn còn đó, nơi "đất còn thơm mãi mùi hương" ngay cả trong trí tưởng và cảm quan người phải xa xứ. Nhiều năm qua đi, nỗi nhớ ở nhà thơ vẫn ngập tràn, vẫn "nặng nề đôi chân" - nhưng "dù sao vẫn cám ơn đời" như tựa đề cho một bài thơ khác:

"mười năm nước chảy qua cầu
chuyện người xa xứ là câu chuyện buồn
mười năm sống kiếp tha phương
thân nơi biển Bắc mà hồn biển Đông
mười năm thương ruộng nhớ đồng
lòng còn ở lại sao không quay về
mười năm nhớ đất thương quê
bước đi một bước nặng nề đôi chân

mười năm một thoáng phù vân
tiếng chim vườn cũ mùa trăng quê người"
– Virginia, 2009
(Dù sao vẫn cám ơn đời)

Làm kiếp người Việt Nam luôn phải ra đi – rời nơi "chôn nhau cắt rốn" thời chinh chiến, rời xa quê hương chấp nhận sống kiếp lưu vong, làm sao không nghĩ đến cái Chết. Cái chết đã là định mệnh sinh bệnh lão tử của nhân sinh, là chuyện không thể tránh, cái sẽ đến và sẽ đến, như cuối một đoạn đường, chỉ có trước hay sau. Nhưng trong tình cảnh lưu-vong, cái Chết mang tính tức tưởi, đớn đau vì như thiếu sót gì đó, như không tự nhiên! Du Tử Lê đã sớm đem vào thơ hình ảnh cái chết non, tức tưởi, kết thúc một cuộc sống đứt đoạn *"Khi tôi chết nỗi buồn kia cũng hết / đời lưu vong tận tuyệt với linh hồn"*. Thái Tú Hạp hiện hữu bất ổn *"ta giờ trăng chết ở trong tâm"*. Ở Mai Thảo là những "miếu đền" hiện ra trên hành trình tâm thức đến với cái chết như là ý nghĩa sau cùng, lúc thân xác suy thoái, hủy hoại. Sống hôm nay mà các thi nhân đã nghĩ đến lúc cuối, riêng Phạm Cao Hoàng kín đáo thầm mong *"mai kia tôi là hạt bụi"* sẽ *"bay về phía Thái Bình Dương"*:

".... nhớ ngày tôi đi biển khóc
bóng cha tôi ở cuối đường
và cánh đồng trơ gốc rạ
đất còn thơm mãi mùi hương

nhớ ngày tôi đi mẹ khóc
ruộng vườn bỏ lại sau lưng
mây mù che ngang đèo Cả
đường xa mưa gió mịt mùng

tôi đi và tôi đi mãi
dừng chân ở lại cao nguyên
tưởng đâu đất lành chim đậu
nào ngờ đời vẫn chưa yên

tôi đi và tôi đi mãi
quê nhà bỏ lại sau lưng
quê người gian nan vất vả
đường xa mây khói mịt mùng
tôi đi và tôi đi mãi
tôi đi tìm một mái nhà
rồi một ngày kia dừng lại
bên rừng Scibilia

những chiều mùa thu lá rụng
những ngày lạnh buổi đầu đông
nhìn mây bay về cố xứ
nhớ quê hương đến thắt lòng

bây giờ còn mong chi nữa
tôi đi ở cuối con đường
mai kia tôi là hạt bụi
bay về phía Thái Bình Dương" - Virginia, 2014
(Mai kia tôi là hạt bụi).

Những hình ảnh cha mẹ và quê nhà nơi *"cánh đồng trơ gốc rạ"*, nơi *"đường xa mây khói mịt mùng"* và *"mây mù che ngang đèo"* đã hơn một lần được nhà thơ nhắc nhớ. Trong Bây Giờ, tác giả ghi *"cho Cúc Hoa và tôi, một thời lưu lạc"* – tức là hôm nay nói chuyện cả cuộc đời người phối ngẫu đã chia ngọt sẻ bùi từ Tuy Hoà, Đà Lạt đến xứ người chung nỗi nhớ quê nhà:

"bây giờ nhớ núi nhớ rừng
nhớ sông nhớ biển nhớ trăng quê nhà
thương em ngày nắng Tuy Hoà
chiều mưa Đức Trọng, sáng Đà Lạt sương
thương em và những con đường
một thời tôi đã cùng em đi về
bây giờ lạ đất lạ quê
bước chân phiêu bạc biết về nơi đâu...

về đâu chẳng biết về đâu
thôi thì về lại buổi đầu gặp em
dòng sông xưa ấy êm đềm
mùa thu năm ấy bên thềm lá bay
bàn tay nắm chặt bàn tay
dìu nhau qua những tháng ngày gian nan

bây giờ ngồi nhớ Việt Nam
bên trời tuyết lạnh hai hàng lệ rơi"
– Virginia, 2009
(Bây giờ)

Nỗi niềm nhung nhớ quê hương gần như thường trực, khi chuyển mùa, khi tuyết rơi cũng như khi nắng khi mưa – tựu trung mùa nào cũng không tránh được nhớ nhung quê nhà, cả khi đang trở về thăm lại cố hương:

"vậy là bốn mươi hai năm
từ khi giã biệt dòng sông quê nhà
từ khi từ biệt Tuy Hoà
tôi lên Đà Lạt rồi qua Hoa Kỳ
đi thì vẫn cứ phải đi
trở về thì vẫn đôi khi phải về
dẫu gì đất cũng là quê
là hương của những ngày xưa êm đềm
dẫu gì máu cũng về tim
vườn xưa vẫn nhớ tiếng chim thiếu thời
và tôi nhớ tuổi thơ tôi
chiều thu nhớ nắng đêm ngồi nhớ trăng
mùa đông nhớ một chỗ nằm
về đây lại nhớ những năm tháng buồn
bốn mươi hai năm, chưa quên!"
- Tuy Hoà, 28.9.2017
(Bốn mươi hai năm, chưa quên).

Nhớ quê hương qua địa danh những chốn đã ghi dấu chân, những "sương khói", "mùi hương" đã không thể tách rời tâm tưởng. Nỗi buồn nhớ càng thắm thiết hơn khi nhìn cảnh vật xứ người và như vậy mỗi năm sang mùa nỗi ấy càng thấm sâu cõi lòng.

Nhà thơ đã trở về quê-hương, tìm lại những nơi đã yêu, đã sinh sống thời trẻ, ngôi trường cũ thời làm nhà giáo: Tuy Hoà, Đà Lạt. Những cuộc tìm-về có hạn chế bước đi nhưng vô tận trong tâm thức mà thân phận xa xứ vẫn hoài canh cánh:

"... và tôi lại chia tay Đà Lạt
trở lại quê người với những cơn bão tuyết mùa đông
tôi mang theo nỗi buồn xa xứ
và nỗi hoài hương nặng trĩu trong lòng

tôi lại thấy bóng tôi bên dòng Potomac
bên bờ Đại Tây Dương nghe quê hương réo gọi trái tim mình
đi không phải là đi biệt xứ
thương quê nhà còn lại phía sau lưng
lại cùng em lang thang bên hồ Thạch Thảo
nói với em về một đoạn đời buồn
nói với em về những dòng sông lưu lạc
trôi về đâu rồi cũng muốn trở về nguồn ..."
– Virginia, 2012
(Chia tay Đà Lạt).

Đà Lạt cũng là nơi nhà thơ ban sơ gặp Cúc Hoa và trở thành người bạn đời. Người nữ này thường xuất hiện trong thơ Phạm Cao Hoàng, như hiện diện không thể thiếu, như "vợ hiền", "bạn tốt" và như "một bà tiên":

"ra vườn trong sương sớm
hái mấy đóa hồng nhung
tặng em, mừng sinh nhật
chim hót vang khu vườn

bao nhiêu năm chung sống
có lúc gạo không còn
có khi rau cũng hết
cửa nhà thì trống trơn

vẫn đi về phía trước
gian khổ cùng chia nhau
hạnh phúc là có thật
từ tình yêu nhiệm mầu

bao nhiêu năm chung sống
em là cô vợ hiền
em là người bạn tốt
em là một bà tiên

em đã cho tôi hiểu
đời chỉ sống một lần
giữ tấm lòng chung thủy
cho người mình yêu thương

ra vườn trong sương sớm
buổi sáng thật êm đềm
một nụ hôn, em nhé
chúc mừng sinh nhật em"
- Virginia, tháng 6.2021
(Quà sinh nhật cho em)

Thơ Phạm Cao Hoàng còn đầy tình bằng hữu, một thời và mãi mãi, ở Tuy Hoà, Cao nguyên, ... và một thời khác, ở quê người lưu lạc, ở quê nhà gặp lại, và trong những giấc mơ. Những người bạn và những kỷ niệm không thể mờ, phai, vì nhà thơ khi nghĩ đến là như sống lại, như vẫn sống, nhất là được tái ngộ hoặc sinh hoạt cùng. Những Trần Hoài Thư, Đinh Cường, Đỗ Chu Thăng, Phạm Văn Nhàn, Trương Vũ, Lê Hân, Nguyễn Xuân Thiệp, v.v...

"sau chiến tranh chúng ta là những người sống sót
còn gặp lại nhau là đủ vui rồi
đêm ở New Jersey
nhắc với nhau về những ngày tháng xa xôi
về người bạn để thơ trên vách tường năm ấy [1]
về người bạn lên Pleime rồi chẳng bao giờ trở lại [2]
về người bạn mấy lần bị thương ở Bình Định Qui Nhơn [3]
về cà phê quán sớm bên đường
về căn nhà cửa không bao giờ khóa ..."
– New Jersey, 5.2017
(Ở New Jersey, gặp lại Phạm Văn Nhàn).

(1) Lê Văn Trung; (2) Nguyễn Phương Loan;
(3) Trần Hoài Thư

Chuyện thời sự của hôm nay, của cá nhân và của thế giới đi vào thơ Phạm Cao Hoàng với đủ nét và cường độ của hiện thực. Như chuyện đại dịch – vô tình cũng là "bốn năm sau ngày anh Đinh Cường ra đi" như tựa một bản thi:

"... bốn năm sau ngày anh Đinh Cường ra đi
những buổi gặp gỡ ở miền Đông thưa thớt dần

... đóng cửa đóng cửa đóng cửa
những nơi chúng tôi thường lui tới bây giờ đóng cửa hết rồi
còn chăng là nỗi ngậm ngùi và luyến tiếc những ngày tháng
êm đềm giờ chỉ còn trong hoài niệm

bốn năm sau ngày anh Đinh Cường ra đi
miền Đông xơ xác trong cơn đại dịch
muốn đến Studio Trương Vũ xem những bức tranh mới
vẽ nhưng không thể
muốn nâng ly cùng các anh Nguyễn Mạnh Hùng, Nguyễn
Tường Giang, Phạm Nhuận, Đặng Đình Khiết, Phạm Thành
Châu... nhưng không thể
muốn cụng ly cùng các bạn Nguyễn Minh Nữu, Nguyễn Quang,

Nguyễn Thị Thanh Bình, Trần Anh Chương, Đinh Trường
Chinh... nhưng không thể
các bạn tôi, nhà nào cũng đóng cửa
stay-at-home, stay-at-home, stay-at-home

bốn năm sau ngày anh Đinh Cường ra đi
miền Đông bây giờ tiêu điều trong cơn đại dịch
hàng quán im lìm phố xá hoang vu
muốn ghé Starbucks ngồi nhâm nhi một ly cà phê nhưng
không thể
drive-thru only
không còn nghe tiếng nhạc xập xình phát ra từ sân nhà người
hàng xóm Mễ Tây Cơ mỗi chiều thứ Bảy
không còn thấy nụ cười hiền hoà của người miền Đông vì
những chiếc khẩu trang che mất
chỉ còn những ánh mắt nhìn nhau ngơ ngác
thầm hỏi nhau: miền Đông rồi sẽ ra sao?
thầm hỏi nhau: chúng ta rồi sẽ ra sao?"
- Virginia, 12.5.2020

Sống và sinh hoạt văn nghệ xa quê nhà, tâm hồn đa cảm
Phạm Cao Hoàng vẫn hoài hy vọng *"rồi một hôm chim bay*
về núi cũ":

"rồi một hôm chim bay về núi cũ
đậu trên triền vách đá cheo leo
nhìn xuống dưới: một trần gian khốn khổ
chìm trong cơn đại dịch tiêu điều

nhìn xuống dưới: những con đường vắng ngắt
những căn nhà cửa đóng then cài
những tiếng thở dài trong đêm bão rớt
những phận người không biết được ngày mai

và đâu đó có tiếng ai than khóc
những cuộc chia tay không kịp giã từ
những nấm mồ mọc lên vội vã
những phận người như lá mùa thu

rồi một hôm chim bay về núi cũ
đậu trên triền vách đá cheo leo
nhìn xuống dưới thì thầm cầu nguyện
từ nơi xa vọng lại tiếng chuông chiều"
- Virginia, tháng 9.2021
(Rồi một hôm chim bay về núi cũ)

Gập thi tập Đất Còn Thơm Mãi Mùi Hương, cái còn lại ở người yêu thơ ông sẽ là hình thức không kiểu cách, nội dung cũng đơn thuần như con chữ vốn sẵn có, như những cụm từ quen thuộc, nhà thơ đã tập trung vào con chữ và văn bản như một ám ảnh hay tâm sự. Nỗi nhớ có quay quắt, con chữ ở nhà thơ vẫn nho nhã, nhẹ nhàng. Đấy là thơ Phạm Cao Hoàng, nhà thơ trung thành với quá-khứ, quê hương và với văn-chương!

NGUYỄN VY KHANH
Canada, ngày cận Tết Quý Mão 2023

NGUYỄN XUÂN THIỆP
PHẠM CAO HOÀNG VÀ
"ĐẤT CÒN THƠM MÃI MÙI HƯƠNG"

cám ơn những sáng êm đềm
khói cà phê quyện bên hiên nhà mình

Hai câu thơ trên của Phạm Cao Hoàng thật bình dị nhưng đã ở lại trong tâm trí nhiều người. Riêng người viết những dòng này không hiểu tại sao từ lâu nay hồn cứ vấn vương ý thơ trong hai câu vừa trích dẫn của bạn mình.

Và cũng xin được nói lên một điều vẫn giữ cho riêng mình, rằng *tôi từng đi qua những thành phố chiến tranh những ruộng đồng trong bóng hoàng hôn thấy trăng lên trên khu rừng cháy dẫm chân lên đất khổ lưu đày qua nhiều hải cảng mưa buồn sân ga xứ người để rồi về đây được ngồi lại bên hiên nhà với khói cà phê của thơ Phạm Cao Hoàng. Ôi, giản dị, êm đềm và ấm áp biết bao - và đó là hạnh phúc vừa tìm lại được.*

Thật ra tôi chỉ mới được đọc thơ Phạm Cao Hoàng cũng như quen biết anh trong những năm gần đây thôi, không như nhiều bạn bè đã từng gần gũi và mê thơ anh thời tóc hãy còn xanh lòng đầy mộng tưởng. Tại sao mình có sự thiếu sót này nhỉ? Có lẽ vì ở những năm tháng ấy đi qua chiến tranh nhưng còn mải mê theo bạn bè và những bóng đời chung quanh - mà đôi khi ra ngoài vòng văn chương chữ nghĩa. Không gian sống của mình có giới hạn nhưng những vườn hoa trái của người thì mênh mông.

Tôi tìm hiểu xem các bạn đã thấy gì, nghĩ gì về thơ và con người Phạm Cao Hoàng trong những năm chiến tranh. Đoàn Thị Thư ghi lại: ..."*Trước 1975, Phạm Cao Hoàng nổi tiếng trên các tạp chí Bách Khoa, Vấn Đề, Văn, Khởi Hành, Thời Tập, Ý Thức... với những bài thơ tình yêu. Điểm nổi bật trong thơ của Phạm Cao Hoàng là những xúc động đẹp, nồng nàn, và nhẹ nhàng về những điều mà tình cảm anh nắm bắt được*". Trần Hoài Thư cũng ghi nhận: ..."*Những năm cuối thập niên 60, và đầu 70, thơ Phạm Cao Hoàng đến với người yêu thơ như là một hiện tượng*". Trần Yên Hoà cho biết: ..."*Tôi đọc thơ anh hồi còn tuổi thanh niên phơi phới, bây giờ tìm lại trong tập thơ này (Mây Khói Quê Nhà), tôi vẫn giữ cảm xúc ấy, bồi hồi và xúc động*". Mang Viên Long nữa, đã viết như sau về thơ Hoàng: "... *Một không gian thơ trầm lắng, xanh biếc, dạt dào cảm xúc, chơn chất, hồn nhiên, phóng khoáng... Tôi rất thích những bài thơ mặn nồng tình nghĩa đối với quê hương, gia đình, bạn bè và cả những bài thơ tình của Phạm Cao Hoàng vì chúng đã gợi nhớ trong tôi bao điều uẩn khuất mà chưa có thể giãi bày. Phạm Cao Hoàng đã nói hộ cho tôi (cũng như nhiều người) cùng thời, cùng cảnh ngộ, rất trung thực, chân tình*".

Ôi, cũng vì lòng yêu thơ và yêu người, tôi đã ghi nhận lan man. Bây giờ xin đi vào tập thơ *Đất Còn Thơm Mãi Mùi Hương*. Tập thơ gồm khoảng 30 bài Phạm Cao Hoàng viết trong 40 năm (1975 – 2015). Lại một lần nữa hai câu thơ có khói cà phê bên hiên nhà trở lại trong trí Nguyễn. Do đâu mà đất còn thơm mãi mùi hương? Đất nào? Quê nhà hay ở nơi đây?

Xin khoan trả lời câu hỏi. Ta hãy nói tới cái tình của nhà thơ đối với quê hương, đất nước. Cao Thoại Châu một lần đã viết về Phạm Cao Hoàng: "... *Anh đang sống ngoài quê hương mình nhưng trong hồn anh - hồn của một nhà thơ -*

vẫn đọng lại những thao thức day dứt mà đậm đà đằm thắm làm cho lòng yêu mến quý trọng của tôi đối với anh trở nên bền vững…"

Quê hương, mảnh đất chôn nhau cắt rốn của Phạm Cao Hoàng là Tuy Hoà. Tuy Hoà với hình sông, bóng núi, ruộng đồng, bãi biển, ga xe lửa… Ôi, Tuy Hoà của một lần trở lại năm 1976. Xin hãy nghe lời kể của Phạm Cao Hoàng:

khi về thăm lại cố hương
thấy quê nhà nghĩ càng thương quê nhà
hắt hiu một bóng mẹ già
một ngôi mộ cỏ xanh và khổ đau
bâng khuâng một chút vườn sau
ngậm ngùi ngõ trước lao xao nắng vàng
đã qua chưa cuộc điêu tàn
đám mây năm cũ biết tan nơi nào
(SAU CHIẾN TRANH TRỞ LẠI TUY HOà - 1976)

Hơn 20 năm sau, năm 1999, Phạm Cao Hoàng trở về thăm lại Phú Thứ để hít thở mùi hương ruộng đồng và mường tượng lại hình bóng người cha thân yêu. Cái tình của nhà thơ đối với đất cũ người cũ thật là sâu xa cảm động. Trong đó có ngôi trường về thăm lại. Vẫn còn đó gốc phượng già, cây bàng trên sân nhưng bạn bè thì đã thất tán. Chỉ còn lại nỗi buồn nhớ và cô đơn. Ôi, đất Tuy Hoà đối với Phạm Cao Hoàng thân thương biết bao bởi ở đó có hương đất và mồ hôi nước mắt của cha ông, có bạn bè của một thời đầy tiếng động.

Quê hương, với Phạm Cao Hoàng, không chỉ là Tuy Hoà, mà còn là Đà Lạt nữa. Ở đó đặc biệt có Cúc Hoa, người yêu son sắt và là bạn đời của anh.

Cái tình đó sâu đậm, sắt son và mãi mãi. Dấu chân hai người đã in cùng khắp - dưới chân đèo Prenn, trên những con đường dã quỳ vàng, quán cà phê Tùng, quán nhạc Lục Huyền Cầm, con dốc Nhà Làng, rừng thông Đa Thọ, những chiều Thủy Tạ, những sáng mù sương trên mặt Hồ Xuân Hương... Hãy nghe lời kể nồng nàn của Phạm Cao Hoàng:

mười năm và mười mùa đông
trong hơi thở có hương nồng em trao
có tình em rất ngọt ngào
trong veo như giọt sương đèo Prenn
nồng nàn như đêm Lâm Viên
như Đà Lạt với lời nguyền năm xưa
tôi và em vẫn đi về
trên con đường có nhiều hoa dã quỳ
có hò hẹn thuở tình si
có gian nan có nhiều khi rất buồn

...
(NGƯỜI THI SĨ ẤY KHÔNG CÒN LÀM THƠ – 1985)

Đà Lạt thân yêu là vậy mà phải chia xa:
...
và tôi lại chia tay Đà Lạt
chia tay những con đường in dấu chân xưa
chia tay rừng thông và cỏ cây sương khói
chia tay mây trời và gió núi Langbiang
mong bình yên đến với Kim Huê
và những người ở lại
mong một ngày về...
dù chưa biết khi nào
(CHIA TAY ĐÀ LẠT – 2012)

Tôi yêu Đà Lạt bởi có Cúc Hoa trong đó. Dường như ta nghe Phạm Cao Hoàng thì thầm như vậy. Ít người có được cái tình và những lời như tác giả *Đất Còn Thơm Mãi Mùi Hương* nói với người bạn đời của mình. Cảm động nhất là những lúc gian nan, hoạn nạn. Như cách đây mấy năm khi Cúc Hoa phải vào nhà thương cấp cứu vì bị đụng xe, lúc trở về phải ngồi xe lăn:

hôm em ở bệnh viện về
cụm hoa trước ngõ cũng vừa ra bông
đã qua rồi một mùa đông
và qua rồi những ngày không tiếng cười
em đi xe lăn mà vui
lăn đi em nhé cho đời bớt đau
tôi đưa em ra vườn sau
để nhìn lại mấy luống rau em trồng
hái tặng em một đóa hồng
và chia nhau nỗi long đong xứ người
em đi xe lăn mà vui
lăn đi em nhé cho vơi nỗi buồn
đưa em về phía con đường
có con sóc nhỏ vẫn thường chào em
hát em nghe bài Je t'aime
kể em nghe lại chuyện tình Cúc Hoa
em đi xe lăn về nhà
mùa xuân nhè nhẹ bước qua bậc thềm
(ĐÃ QUA RỒI MỘT MÙA ĐÔNG – 2012)

Cũng nhờ ngọn lửa tình yêu cháy mãi, Phạm Cao Hoàng đã vượt qua tất cả để yêu đất yêu người nơi đây. Ngoài cái tình với Cúc Hoa, ở Phạm Cao Hoàng còn có tình bạn thắm thiết. Tất cả góp phần tạo nên cuộc sống của Hoàng quê người... Người yêu Cúc Hoa và bạn bè quả đã giúp anh cảm được hơi ấm của vùng đất mới. Khác với một số người thơ cùng thời, Phạm Cao Hoàng tìm được niềm vui thanh thản, một cõi bình yên cho tâm hồn.

dù sao vẫn cám ơn đời
cỏ cây và gió mặt trời và hoa
cám ơn những đám mây xa
đang bay về phía quê nhà chiều nay
cám ơn những sớm heo may
lạnh se sắt lạnh bên này đại dương
cám ơn giọt nắng vô thường
lung linh ở cuối con đường khổ đau
...
dù sao vẫn cám ơn đời
biển xanh và sóng núi đồi và em
cám ơn những sáng êm đềm
khói cà phê quyện bên hiên nhà mình
đứng bên bờ vực tử sinh
vẫn nghe em hát bản tình ca xưa
(DÙ SAO VẪN CÁM ƠN ĐỜI – 2009)

Đọc thơ Phạm Cao Hoàng, ta thấy tâm hồn anh đầy nhân hậu, bao dung và độ lượng, luôn mở rộng đón nhận những âm vang của đất trời. Ở Phạm Cao Hoàng, không có sự ganh ghét, thù hận hay ra vẻ trí thức triết lý với đời. Thơ anh trong sáng, tự nhiên, bình dị; nhẹ nhàng đi vào hồn người. Đọc thơ Phạm Cao Hoàng ta tìm được niềm an ủi trong tình yêu, gia đình, bạn bè, quê hương đất nước và cuộc sống chung quanh mình.

NGUYỄN XUÂN THIỆP
Garland (Texas), tháng 5.2015

PHẠM VĂN NHÀN
ĐẤT VÀ NGƯỜI

G ần đây, đọc được bài thơ CHA TÔI của Phạm Cao Hoàng viết về người cha đã qua đời cách đây 40 năm, tôi vô cùng xúc động.

...

ông qua đời khi chiến tranh kết thúc
để lại trần gian nỗi nhớ khôn nguôi
để lại đàn con trên quê hương tan tác
để lại trong tôi vết thương mang theo suốt cuộc đời

bốn mươi năm rồi con vẫn nhớ, cha ơi!
ngày mùa đông cha mặc áo tơi ra ruộng
ngày nắng lửa cha gò mình đạp lúa
những sớm tinh mơ cùng đàn bò lầm lũi đi về phía bờ mương

...

(CHA TÔI – 2015)

Dạo ấy, mỗi lần ghé Tuy Hoà, tôi ở lại cùng Phạm Cao Hoàng trong căn nhà nhỏ của gia đình Hoàng. Đọc bài thơ CHA TÔI, tôi nhớ đến ngôi nhà và hình ảnh của bác trai. Bác cao, hơi gầy và da ngăm đen. Cái đen của nắng và gió, của một người nông dân thuần chất. Hiền và độ lượng. Ngôi nhà có cái chái bếp nấu ăn bằng những thanh củi. Ngôi nhà có bộ ván ngựa mà tôi với Trần Hoài Thư thường nằm ngủ. Ngôi nhà với lối đi từ đường Nguyễn Huệ vào với những thửa ruộng nhỏ như vuông chiếu nằm, đầy ắp tình yêu thương. Đọc bài thơ, hình ảnh bác trai lại hiện ra trước mắt. Sao bác lại qua đời khi chiến tranh kết thúc vậy bác? Còn nỗi buồn nào hơn khi chiến tranh đã chấm dứt trên quê hương mà bác lại ra đi? Sao bác không ở lại để nhìn thấy các con của bác và bạn bè không còn phải sống trong cảnh mịt mù khói lửa của cuộc chiến tranh này?

Và khi đọc bài thơ MÂY KHÓI QUÊ NHÀ, tôi muốn viết một chút về Phú Thứ, quê hương của Phạm Cao Hoàng.

...
mùi hương của đất làm con nhớ
những giọt mồ hôi những nhọc nhằn
cha đã vì con mà nhỏ xuống
cho giấc mơ đời con thêm xanh

mùi hương của đất làm con tiếc
những ngày hoa mộng thuở bình yên
nồi cá rô thơm mùa lúa mới
và tiếng cười vui của mẹ hiền
(MÂY KHÓI QUÊ NHÀ – 1999)

Bài thơ làm tôi nhớ đến con đường dọc theo mương dẫn thủy nhập điền từ đập Đồng Cam về tưới tiêu cho những cánh đồng rộng lớn. Tôi đã từng đi trên con đường này. Tôi lại nhớ đến năm tháng ở trại A.30 và ngày được thả cho về trên chuyến xe lam chạy trên con đường ấy dọc theo những cánh đồng xanh màu xanh của lúa. Tôi xuống xe tìm đến một gia đình quen: cô Mãn, ngày xưa là y tá ở Bệnh Viện Đa Khoa Nha Trang, làm chung một phòng với vợ tôi, có người em trai tên Khang cũng ở chung với tôi trong trại A.30. Ngày tôi về, Khang nhờ tôi ghé Phú Thứ thăm chị. Tôi tìm được cô Mãn khi cô đang làm cỏ lúa ngoài ruộng. Cô đưa tôi về nhà. Làng toàn tre xanh, mát rượi trên con đường quê đầy bóng mát. Những cây cau cao vút đang trổ buồng. Đêm đó tôi ngủ lại Phú Thứ. Rất rõ và thèm: nồi cá rô thơm mùa lúa mới như trong thơ Phạm Cao Hoàng.

PHẠM VĂN NHÀN
Houston, tháng 5.2015

PHAN TẤN HẢI
ĐỌC THƠ PHẠM CAO HOÀNG VỚI DÒNG CHỮ THƠM HƯƠNG ĐẤT QUÊ NHÀ

Trí nhớ là cái gì rất là mơ hồ, không nhìn thấy được, không trực diện được để chúng ta có thể truy vấn, nhưng vẫn là cái gì rất có thực, mà chúng ta không quay lưng được. Đôi khi ký ức, một số kỷ niệm nào đó, vài sợi tóc thời thơ dại, hay đôi mắt của nhiều thập niên trước, hay cái nắm tay thời mới lớn, hay mùi hương đất bay thoang thoảng trở lại... vẫn có thể làm chúng ta bâng khuâng, mất ngủ. Cho dù đã cách xa nhiều thập niên, và cho dù đã cách biệt nhiều ngàn dặm, bên kia bờ đại dương.

Với sức mạnh như thế, hai tác phẩm của nhà thơ Phạm Cao Hoàng --- *Đất Còn Thơm Mãi Mùi Hương (ĐCTMMH)*, và *Mơ Cùng Tôi Giấc Mơ Đà Lạt (MCTGMĐL)* --- đã gợi nhiều nỗi nhớ trong tôi. Nơi đây, Phạm Cao Hoàng đã trải ra trên trang giấy những sương khói Đà Lạt, Phú Yên, Bình Thuận... và đã lấy ngòi bút thương nhớ chép xuống những dòng mực kỷ niệm để làm thơ, để viết lên các tùy bút hồi ức.

Thế đó, từ nơi rất xa quê nhà, Phạm Cao Hoàng viết lên những dòng chữ vô cùng thương nhớ, nơi có hình ảnh cha và mẹ, nơi có cánh đồng gốc rạ và mây mù lưng đèo:

nhớ ngày tôi đi biển khóc
bóng cha tôi ở cuối đường
và cánh đồng trơ gốc rạ
đất còn thơm mãi mùi hương

nhớ ngày tôi đi mẹ khóc
ruộng vườn bỏ lại sau lưng
mây mù che ngang đèo Cả
đường xa mưa gió mịt mùng
(ĐCTMMH, tr. 62 - Mai Kia Tôi Là Hạt Bụi)

Đất Còn Thơm Mãi Mùi Hương là tuyển tập thơ của Phạm
Cao Hoàng, gồm 41 bài thơ viết sau năm 1975. Nơi những
dòng đầu thi tập là lời gửi về thân phụ:

thương cha một đời lận đận lao đao
cầm lấy chiếc cày
để tay con được cầm cuốn sách
thương chiếc áo cha một đời thơm mùi đất
thương đất quê mình thơm mãi mùi hương.

Có một cảm giác độc giả nhận được rằng thơ Phạm Cao
Hoàng là đời thực, không phải kiểu lãng đãng mơ với gió
và mộng với mây... Cuối tất cả những bài thơ đều ghi ngày
tháng và nơi nhà thơ cầm bút sáng tác. Không phải nhà thơ
nào cũng có thói quen cẩn trọng như thế. Nghĩa là, một thái
độ cẩn trọng với cảm xúc lúc đó. Chúng ta đọc và không thấy
chất hư cấu. Chuyện kể đời thực đã hiển lộ trong thơ anh
một cách tự nhiên. Thí dụ như bài "Sau chiến tranh trở lại
Tuy Hoà" cho thấy lưu giữ một phần đời thực của tác giả. Bài
thơ này làm theo thể lục bát, và chỉ có tám dòng nơi trang
14, như sau.

khi về thăm lại cố hương
thấy quê nhà nghĩ càng thương quê nhà

hắt hiu một bóng mẹ già
một ngôi mộ cỏ xanh và khổ đau
bâng khuâng một chút vườn sau
ngậm ngùi ngõ trước lao xao nắng vàng
đã qua chưa cuộc điêu lùn
đám mây năm cũ biết tan nơi nào
Tuy Hoà, 1976

Tất cả các bài thơ của Phạm Cao Hoàng đều đời thực như thế. Nếu chúng ta nhớ lại, nhà thơ Nguyễn Du lãng đãng viết về truyện nàng Kiều, trong đó những Từ Hải, Thúc Sinh... hiện lên. Tương tự, nhà thơ Nguyễn Đình Chiểu viết về Lục Vân Tiên, trong đó có nàng Nguyệt Nga bay bổng trong mơ mộng Nho gia của tác giả. Không có nàng Kiều thực, không có nàng Nguyệt Nga thực nào được các phê bình gia nhìn ra đang đứng bên cạnh hai nhà thơ họ Nguyễn đó.

Thế rồi tới thế kỷ 20, người thực... Thơ của Vũ Hoàng Chương có nàng Tố, thơ của Nguyên Sa có cô Nga. Thơ của Bùi Giáng đa dạng hơn, nhưng cũng là đời thực, có Ni sư Trí Hải, có nghệ sĩ Kim Cương, có em mọi nhỏ nơi rừng sim xứ Quảng.

Trường hợp Phạm Cao Hoàng, có nàng Cúc Hoa, người con gái xứ Đà Lạt đã trở thành bạn đời và là nguồn thơ trọn đời cho anh. Phạm Cao Hoàng không chỉ làm nhiều bài thơ --- ít nhất là một ca khúc [*], và 8 bài thơ trong tuyển tập tặng nàng Cúc Hoa trong *Mơ Cùng Tôi Giấc Mơ Đà Lạt* --- và cũng viết một số bài văn xuôi, theo dạng bút ký, ghi lại truyện thật giữa nhà thơ và nàng Cúc Hoa.

Trong bài văn xuôi "Mơ Cùng Tôi Giấc Mơ Đà Lạt" trong tuyển tập cùng tên, được ghi là "truyện thật của tác giả" --- Phạm Cao Hoàng kể lại sự kiện năm 2011, khi Cúc Hoa gặp tai nạn xe, được xe cấp cứu chở vào một bệnh viện ở Virginia, trải qua giải phẫu. Đêm đó, bệnh viện cho Phạm Cao Hoàng ở trong bệnh viện. Tác giả kể lại, nơi trang 43:

"Cúc Hoa nằm đó, trong nỗi đớn đau của thân xác.

thương em ngày nắng Tuy Hoà
chiều mưa Đức Trọng sáng Đà Lạt sương
thương em và những con đường
một thời tôi đã cùng em đi về
bây giờ lạ đất lạ quê
bước chân phiêu bạc biết về nơi đâu
thương em nắng dãi mưa dầu
đau cùng tôi với nỗi đau riêng mình
chia cùng tôi một chút tình
của ngàn năm trước và nghìn năm sau

Cúc Hoa nằm đó, vẫn khuôn mặt thánh thiện nhưng có hẳn lên những nét khổ đau. Một đời Cúc Hoa hết tình hết nghĩa với tôi và các con. Tôi cầu mong sao vết thương không nặng lắm để Cúc Hoa có thể vượt qua tai ách này." (MCTGMĐL, tr. 43)

Đọc thơ Phạm Cao Hoàng, một điểm nổi bật là tác phong nhà giáo. Trong đời thực, bên cạnh làm thơ, anh còn đi dạy học. Đứng về nghề dạy học, Phạm Cao Hoàng có chuyên ngành nhà giáo nhiều lần hơn rất nhiều nhà giáo khác, anh đã học: Sư Phạm Qui Nhơn, Đại Học Đà Lạt (chuyên ngành Triết Học Tây Phương - học hết năm thứ ba, chưa tốt nghiệp), Đại Học Sư Phạm Sài Gòn (chuyên ngành Anh Văn).

Một điểm cho thấy thái độ cẩn trọng rất mực sư phạm của Phạm Cao Hoàng là nơi trang 32-33 của tuyển tập *Đất Còn Thơm Mãi Mùi Hương* trong bài thơ "Bây Giờ" nơi dòng thứ 8. Bài thơ "Bây Giờ" là đề tặng "cho Cúc Hoa và tôi, một thời lưu lạc" với một trích đoạn đã đăng nơi trên. Trong đó có hai dòng:

bây giờ lạ đất lạ quê
bước chân phiêu bạc biết về nơi đâu *(*)*

Đó. Độc giả thấy có dấu hoa thị ghi chú đó nơi dòng thơ vừa dẫn, và chú thích là ở trang 33, ghi như sau:

(*) PHIÊU BẠC [飄泊]

Tác giả cẩn trọng từng chữ như thế. Muốn độc giả không nhầm chữ c (bạc) thành chữ t (bạt). Lại còn ghi chú nguồn từ chữ Hán. Đó là tác phong nhà giáo, rất mực cẩn trọng với chánh tả.

Nhà thơ Nguyễn Xuân Thiệp khi viết Lời Bạt cho tập thơ *Đất Còn Thơm Mãi Mùi Hương* đã nhận định về thơ Phạm Cao Hoàng là, trích:

"Đọc thơ Phạm Cao Hoàng, ta thấy tâm hồn anh đầy nhân hậu, bao dung và độ lượng, luôn mở rộng đón nhận những âm vang của đất trời. Ở Phạm Cao Hoàng, không có sự ganh ghét, thù hận hay ra vẻ trí thức triết lý với đời. Thơ anh trong sáng, tự nhiên, bình dị; nhẹ nhàng đi vào hồn người. Đọc thơ Phạm Cao Hoàng ta tìm được niềm an ủi trong tình yêu, gia đình, bạn bè, quê hương đất nước và cuộc sống chung quanh mình." (ĐCTMMH, tr. 12)

Đón nhận những âm vang của đất trời... Tất cả những gì nhà thơ Nguyễn Xuân Thiệp viết về nhà thơ Phạm Cao Hoàng đều đúng. Trong khi các nhà thơ đón nhận những âm vang của đất trời cho thành chữ, Phạm Cao Hoàng còn chuyển thể thành nhạc. Như ca khúc "Gửi Em, Đà Lạt" nơi trang 56, trong tuyển tập *Mơ Cùng Tôi Giấc Mơ Đà Lạt*. Đó là ca khúc nhà thơ họ Phạm viết tặng Cúc Hoa, khi họ mới quen nhau. Và cũng trong đêm bệnh viện, khi Cúc Hoa mới tỉnh thuốc mê sau giải phẫu, nàng Cúc Hoa yêu cầu chàng Phạm Cao Hoàng hát nho nhỏ, vừa đủ cho Cúc Hoa nghe. Lời ca khúc này như sau:

"sáng nay mưa đã về
ngàn thông xao xuyến khách phương xa
hỡi cô em Đà Lạt
về đâu?
tôi muốn theo về với người
mưa cho đôi má em hồng
mưa cho đôi mắt nai tròn
mưa bay qua cõi vô cùng
và tôi bay giữa mênh mông
mưa âm vang suốt bên đời
mưa lang thang mấy phương trời
mưa qua như dáng thu người
đời vui thêm tiếng em cười
sáng nay mưa đã về
vườn kia hoa nở đóa tương tư
gửi cô em Đà Lạt
bài thơ tôi viết khi về với người." (MCTGMĐL, tr. 44-45)

Phạm Cao Hoàng khác với hầu hết các nhà thơ đương thời trong rất nhiều điểm. Trước tiên, là tấm lòng yêu thương chân thành với người vợ. Rất nhiều nhà thơ Việt Nam trong thế hệ Phạm Cao Hoàng không có lòng trung thành như thế, và ngay cả các nhà thơ trung thành với bạn đời của họ, cũng không ai làm thơ tặng vợ nhiều như anh. Mối tình giữa Phạm Cao Hoàng và Cúc Hoa hiển nhiên là hy hữu.

Một điểm cũng rất đặc biệt về Phạm Cao Hoàng, và rất khác với hầu hết các thi sĩ khác, là hình ảnh người cha trong thơ. Nhiều nhà thơ viết về mẹ. Phạm Cao Hoàng cũng viết về mẹ.

Nhưng rất ít nhà thơ viết về cha. Phạm Cao Hoàng viết tràn ngập về cả mẹ và cha. Thú thật, đọc thơ Phạm Cao Hoàng, tôi tự thấy trong lòng mình có lỗi biết là bao nhiêu, vì thấy mình chưa làm được bài thơ nào để tưởng nhớ thân phụ.

Trong những dòng thơ đầy cảm xúc của Phạm Cao Hoàng có rất nhiều những dòng viết về cha, về mẹ. Ngay trang đầu thi tập *Đất Còn Thơm Mãi Mùi Hương* nói trên, là những dòng "thương cha một đời lận đận lao đao..."

Cũng hình ảnh cha và mẹ đã hiện ra với nhà thơ Phạm Cao Hoàng, trong bài thơ trước ngày sang Hoa Kỳ định cư. Bài thơ này nhan đề "Mây Khói Quê Nhà" viết tại Tuy Hoà ngày 20.11.1999. Trong bốn đoạn đó có những câu ghi ơn cha và mẹ, trích hai đoạn giữa như sau:

mùi hương của đất làm con nhớ
những giọt mồ hôi những nhọc nhằn
cha đã vì con mà nhỏ xuống
cho giấc mơ đời con thêm xanh

mùi hương của đất làm con tiếc
những ngày hoa mộng thuở bình yên
nồi cá rô thơm mùa lúa mới
và tiếng cười vui của mẹ hiền
(ĐCTMMH – tr. 22)

Trong những bài thơ nổi bật của Phạm Cao Hoàng, có bài "Cha Tôi" kể về hình ảnh người cha rất mực thiết tha. Bài thơ này khá dài, khoảng 30 dòng, với câu ngắn và cả câu dài. Bài "Cha Tôi" được Phạm Cao Hoàng làm tại Virginia, vào tháng 3-2015. Trích những dòng thơ đầu bài "Cha Tôi" như sau:

và bài thơ tôi viết đêm nay
là bài thơ sau bốn mươi năm

kể từ hôm vượt đèo Ngoạn Mục xuống Sông Pha
chạy ra Tuy Hoà
trở vô Sài Gòn
và nhận tin cha tôi đã chết
ông qua đời khi chiến tranh kết thúc
để lại trần gian nỗi nhớ khôn nguôi
để lại đàn con trên quê hương tan tác
để lại trong tôi vết thương mang theo suốt cuộc đời

bốn mươi năm rồi con vẫn nhớ, cha ơi!
ngày mùa đông cha mặc áo tơi ra ruộng
ngày nắng lửa cha gò mình đạp lúa
những sớm tinh mơ cùng đàn bò lầm lũi đi về phía bờ mương

rồi mùa thu cha đưa con đến trường
con thương ngọn gió nồm
mát rượi tuổi thơ những ngày đầu đi học... (ngưng trích)

Tôi tin rằng đó là những dòng chữ đẹp vô cùng của thi ca Việt Nam khi viết về cha. Hình ảnh của ngày mùa đông cha mặc áo tơi ra ruộng... hình ảnh ngày nắng lửa cha gò mình đạp lúa... hình ảnh ngọn gió nồm mát rượi tuổi thơ... Tôi cảm nhận trên trang giấy phả lên hơi lạnh của mùa đông, rồi nắng lửa gay gắt bỏng cháy, rồi gió nồm mát rượi tuổi thơ... Rất mực hy hữu được đọc những dòng thơ như thế.

Một điểm đặc biệt nữa trong thơ văn Phạm Cao Hoàng là tấm lòng trân trọng với những người bạn của thi sĩ. Như với các họa sĩ Đinh Cường, Nguyễn Trọng Khôi, Trương Vũ... Như với các nhà thơ Luân Hoán, Trần Hoài Thư, Nguyễn Xuân Thiệp...

Trong văn phong của Phạm Cao Hoàng, chúng ta nhận ra một mô hình lý tưởng của truyền thống nhiều ngàn năm lịch sử Việt Nam: nhà thơ bước vào nghề giáo. Lệ thường, các nho sĩ Việt Nam làm cả hai việc một lúc, vừa là nhà giáo để giữ vững giềng mối đạo lý xã hội, vừa là nhà thơ để ghi lại những cảm xúc riêng. Thực tế, nhà thơ bước vào nghề giáo cũng rất mực đa dạng: đó là Nguyễn Khuyến, là Nguyễn Đình Chiểu, là Vũ Hoàng Chương, là Nguyên Sa, là Cao Huy Khanh... Và Phạm Cao Hoàng cũng là một thi sĩ rất mực thơ mộng trong một kiểu nhà giáo rất mực hiền lành, rất mực gương mẫu trong thời kỳ cuối thế kỷ 20 và đầu thế kỷ 21: anh trung thành và miệt mài làm thơ tặng vợ, anh thương nhớ làm thơ tặng cả mẹ và cha, anh hoài niệm làm thơ để ủ mùi hương đất quê nhà lên trang giấy... Phạm Cao Hoàng là một nhà thơ rất mực hy hữu tuyệt vời. Chữ trong thơ anh có những dòng sáng rực như ngọc quý, với đầy những thiết tha thương nhớ.

Tôi đọc thơ anh và nhớ lại một vài kỷ niệm lãng đãng, đã rất xa. Một vài buổi sáng sương mờ trong ký ức. Nơi chân cầu Đại Ninh với lối đường mòn đi vào ngôi chùa của cố Hoà Thượng Thích Thiền Tâm. Rồi hình ảnh tên bạn có nhà trên đường Phan Đình Phùng, Đà Lạt, nơi một tường nhà treo chân dung Bồ Đề Đạt Ma trên giấy xưa cũ ố vàng vẫn cứ mãi hiện lên đôi mắt rực sáng. Và hiển lộ trong tôi những cánh đồng gốc rạ vàng rực nắng nơi quê nhà. Trân trọng cảm ơn những dòng thơ của Phạm Cao Hoàng.

PHAN TẤN HẢI
California, 10.2022

TRẦN DOÃN NHO
TÍNH HIỆN THỰC TRONG THƠ
PHẠM CAO HOÀNG

Tập thơ "Đất còn thơm mãi mùi hương" của Phạm Cao Hoàng, về mặt hình thức, thuộc nhiều thể loại khác nhau, nhưng đa phần là lục bát và thơ tự do. Về mặt nội dung, đặc điểm nổi bật nhất là tính hiện thực (**realisticity**), không những thế, tính cụ thể (specificity). Phạm Cao Hoàng tập trung vào ba hiện thực chính, hoặc riêng biệt hoặc kết hợp với nhau, cùng với bối cảnh và sự kiện xoay quanh chúng: Người (người thân và bạn bè), Quê (quê nhà và quê người) và Em. Tất cả được thể hiện qua hai tính cách: *thơ-hóa* hiện thực và *hiện-thực-hóa* thơ.

1. *Thơ-hóa* hiện thực:

Thơ-hóa hiện thực, nói đơn giản, là biến hiện thực thành thơ. Trong tập thơ này, hầu như tất cả những bài thơ Phạm Cao Hoàng sáng tác, đều dính dáng một cách trực tiếp đến khung cảnh cụ thể bên ngoài và cảm nghiệm của anh xuyên qua chúng. Nói một cách khác, cảm hứng thơ của anh xuất phát từ sự kiện, chứ không từ những tưởng tượng vu vơ.

Trong "Cha tôi", anh dựng lên hình ảnh của người cha, không phải chỉ như một ý niệm về hiếu đạo, mà là chân dung rõ nét của người sinh thành và làm việc một cách nhọc nhằn để nuôi dưỡng anh thành người:

ngày mùa đông cha mặc áo tơi ra ruộng
ngày nắng lửa cha gò mình đạp lúa
những sớm tinh mơ cùng đàn bò lầm lũi đi về phía bờ mương

Hoàn cảnh cái chết của ông được anh diễn tả tuần tự và chính xác theo những gì đã xảy ra:

kể từ hôm vượt đèo Ngoạn Mục xuống Sông Pha
chạy ra Tuy Hoà
trở vô Sài Gòn
và nhận tin cha tôi đã chết
ông qua đời khi chiến tranh kết thúc
để lại trần gian nỗi nhớ khôn nguôi

Ngoài cha và mẹ, Phạm Cao Hoàng dành khá nhiều bài thơ ghi lại những kỷ niệm hay để tưởng niệm người thân và bạn bè (bạn học và bạn văn nghệ), mỗi người gắn liền với từng hoàn cảnh cũng như những kỷ niệm riêng.

Xót xa vì cơn bệnh đột ngột đến với họa sĩ Đinh Cường, anh viết:

chàng bất ngờ ngã xuống
vào một đêm rất lạnh ở miền Đông Bắc
trực thăng cấp cứu đưa chàng chuyển viện
phải cứu lấy người họa sĩ này
phải cứu lấy những bức tranh còn dang dở.

Chia sẻ khổ nạn của Trần Hoài Thư, một bạn văn thân thiết từ thời còn trẻ:

rồi chàng xuống núi xuôi Nam
từ cơn khổ nạn ba năm quay về
ngày về râu tóc bạc phơ
người muôn năm cũ bây giờ ở đâu

Nhớ đến một nhà văn anh kính trọng vì sự nghiệp văn chương và công lao văn học là Nguyễn Xuân Hoàng:

cũng đành thôi, nắng tắt rồi
mặt trời đã lặn, ngày vui đã tàn
một vì sao – Nguyễn Xuân Hoàng
vừa đi vào cõi vĩnh hằng sáng nay

Làm thơ về người nào, anh đều nêu lên những chi tiết đặc thù của người đó, hoặc nhân danh, hoặc địa danh (lên Hoà Mỹ thăm bạn, gặp Phạm Văn Nhàn ở New Jersey), hoặc sự kiện (Đinh Cường được trực thăng cấp cứu), hoặc nhân dáng (Trần Hoài Thư râu tóc bạc phơ). Lắm khi, để cho xác thực hơn, anh ghi lời đề tặng, trích dẫn thơ của bạn hay cho thêm ghi chú về hoàn cảnh hay sự việc. "Thơ tặng người thi sĩ ở Garland", đề tặng Nguyễn Xuân Thiệp, phác họa một số nét tiêu biểu về chân dung, tính cách và hoạt động của nhà thơ này.

nâng ly nào, mừng ngày chàng trở lại
mừng người thi sĩ đến từ Garland vẫn hồn nhiên vẫn vô tư
như thời Hoa Hồng [1]
tặng cho chàng một đóa Phù Dung
và nghe chàng đọc thơ
tôi khóc, những đôi giày bên bờ sông Danube [2]

nâng ly nào, hỡi người thi sĩ cô đơn đến từ Texas
buổi chiều sơn dầu ở Studio Trương Vũ đầy tranh
buổi chiều miền Đông với những đồng cỏ xanh
chàng nói về thơ
về những bài tản mạn bên tách cà phê [3]
về phố văn [4]
và những tháng năm tràn đầy kỷ niệm

Garland là tên thành phố Nguyễn Xuân Thiệp ở; ghi chú (1) là đường Rose ở Đà Lạt, nơi Nguyễn Xuân Thiệp có nhiều kỷ niệm; ghi chú (2) là câu thơ trích dẫn của Nguyễn Xuân Thiệp; ghi chú (3) là loạt bài tản mạn nổi tiếng của Nguyễn Xuân Thiệp ở hải ngoại; ghi chú (4) chỉ tạp chí Phố Văn do Nguyễn Xuân Thiệp chủ biên (2000-2008).

Quê nhà và quê người cũng được Phạm Cao Hoàng thơ-hóa bằng những chi tiết và sự kiện liên hệ đến từng nơi. Dù ở Việt Nam hay ở Mỹ, chúng cũng xuất hiện một cách rõ ràng, không những chỉ khung cảnh và kỷ niệm, mà còn kèm theo địa danh, dù đó là một thành phố, một cái dốc hay một con đường.

Ở Phú Thứ, nơi anh sinh trưởng, với mây khói quê nhà:

bữa đó con về thăm Phú Thứ
gặp lại mùi hương của ruộng đồng
gặp lại những năm và tháng cũ
mây khói quê nhà nhẹ bước chân

Ở Đà Lạt, nơi của tình bạn và tình yêu:

kể từ hôm tôi nắm tay em
chầm chậm đi qua Khu Hoà Bình
xuống con dốc Duy Tân
rẽ sang Hai Bà Trưng
và dừng lại nơi chiếc cầu Vĩnh Viễn

đêm ấy
Đà Lạt có một chút mưa bay
có tiếng hát của Lê Uyên Phương, của Phụng, của Tiên
của Nhượng, của Phong, của Triền, của Chức
em mặc chiếc áo dài màu xanh của miền đồi núi
đôi mắt hồn nhiên như một bài thơ tình

Ở Ngựa Ô (Black Horse), tên một con đường ở thành phố Centreville, Virginia, nơi bà xã anh đã từng bị tai nạn:

nơi anh Đinh Cường viết Đoạn Ghi Đêm Centreville
nơi em trở về sau lần ngã gục
tôi dìu em lên những bậc thềm đớn đau và hạnh phúc

Mùa đông ở vùng Đông Bắc, nơi anh đã từng "ôm đàn qua thung lũng Fox":

bây giờ mùa đông trở lại
rừng xơ xác ngọn điêu tàn
bầy chim bay xa trốn tuyết
trong sương mù tôi lang thang

Quê nào có kỷ niệm đó và kỷ niệm nào cũng là một dấu ấn khắc sâu vào trái tim anh và biến thành thơ. Ở điểm này, Phạm Cao Hoàng đã đưa thơ gần với văn. Văn hoá trong thơ. Nhiều bài thơ là những câu chuyện kể cô đọng về một sự kiện hay một biến cố nào đó. "Ước mơ của Myla" chẳng hạn, kể lại câu chuyện cô bé Myla đi học mẫu giáo:

Mùa hè vừa rồi mẹ mua cho Myla một chiếc ba-lô
chuẩn bị đến tháng 9 này sẽ vào mẫu giáo
Myla thích lắm
đêm, Myla ôm chiếc ba-lô nằm ngủ
ngày, Myla mang ba-lô chạy tung tăng trong nhà
đếm từng ngày chờ buổi tựu trường

Nhưng rồi cơn đại dịch xảy ra khiến cho cho cô đành phải học trực tuyến (online) ở nhà:

Myla mang ba-lô ngồi trước laptop
nghe cô giáo giảng bài

nghe cô giáo hướng dẫn các trò chơi
vẫy tay chào các bạn qua chiếc màn hình nhỏ.
(...)
Tháng 9, tháng 10, rồi tháng 11
ba tháng đã trôi qua
những con quái vật vô hình vẫn còn đó
trường học vẫn tiếp tục đóng cửa
Myla vẫn tiếp tục đợi chờ...

Bài thơ kết thúc bằng một nụ cười:

Myla cười hồn nhiên:
- Thì cứ tưởng tượng là mình đang đi học để được mang
ba-lô cùng chị Hazel đến trường.

Ngoài người thân, bạn bè và quê nhà quê người, nguồn thơ của Phạm Cao Hoàng xuất phát từ Em. Hầu hết thơ tình của những nhà thơ khác, qua đó, Em chỉ là cái cớ, là một ý niệm, một hình ảnh, thậm chí là một đối tượng siêu hình hay đối tượng thẩm mỹ, do đó, có khi Em này lẫn lộn với Em kia. Em, trong thơ Phạm Cao Hoàng ngược lại, không phải là một thực thể trừu tượng, một hình ảnh chung chung nào đó, mà là một Em duy nhất, một người cụ thể, có tên và là tên thực: Cúc Hoa, vợ anh. Thi nhân xưa, ngoài chuyện làm thơ để ca ngợi hoa cỏ trời trăng mây nước, còn có một loại thơ riêng, gọi là thơ "tặng nội", như một cách cám ơn công lao thờ chồng nuôi con của vợ. Thơ Phạm Cao Hoàng, dù nói về vợ, nhưng không phải để "tặng nội", mà vẫn là thơ tình. Anh đồng hóa vợ với người tình và ngược lại. Bất cứ tình huống nào, bất cứ thời gian hay không gian nào, Em cũng là một nguồn thơ, một cảm hứng thơ.

Khi còn ở quê nhà:

có tình em rất ngọt ngào
trong veo như giọt sương đèo Prenn

Khi ở quê người:

vẫn là tôi, vẫn là em
vẫn khu vườn cũ, vẫn thềm nhà xưa
đi cùng tôi nhé Cúc Hoa
trên con đường mịt mù mưa xứ người

Khi em đau ốm:

hôm em ở bệnh viện về
cụm hoa trước ngõ cũng vừa ra bông
(...)
hát em nghe bài Je t'aime
kể em nghe lại chuyện tình Cúc Hoa

Khi đứng bên dòng sông Potomac:

khi dừng lại bên dòng Potomac
em bên tôi vẫn rất dịu dàng

Khi cám ơn đời:

đứng bên bờ vực tử sinh
vẫn nghe em hát bản tình ca xưa

Khi ngồi nhớ Việt Nam:

về đâu chẳng biết về đâu
thôi thì về lại buổi đầu gặp em
Khi chia tay Đà lạt:

lại cùng em lang thang bên hồ Thạch Thảo
nói với em về một đoạn đời buồn

Trong đêm giao thừa:

thức cùng em đêm ba mươi
canh nồi bánh tét bên trời tha phương
nhắc cùng nhau một đoạn đường
năm mươi cái Tết anh thương em nhiều

Tóm lại, Em hiện diện trong thơ anh là độc nhất, vừa đơn giản, nhẹ nhàng, vừa thơ mộng mà lại cũng vô cùng cụ thể. Có thể nói, Em (Cúc Hoa) là "nàng thơ" của Phạm Cao Hoàng!

2. *Hiện-thực-hóa* thơ:

Đối với nhiều nhà thơ, khuynh hướng chung là trừu tượng hóa, tổng quát hóa những sự kiện cụ thể, với mục đích "hư cấu hóa" chúng để tạo thành những thi ảnh. Phạm Cao Hoàng, ngược lại, hiện thực hóa các biểu tượng thơ của mình bằng cách, hoặc sử dụng ngôn ngữ diễn tả đời thường, hoặc như đã đề cập ở trên, đưa hẳn các sự kiện, hình ảnh và danh xưng có thật vào trong thơ. Vì thế, những nhân vật, sự vật, sự kiện bên ngoài xã hội đều xuất hiện trong thơ anh một cách "chính danh", không hề lọc qua bất cứ một màn lọc tu từ nào:

bốn năm sau ngày anh Đinh Cường ra đi
những buổi gặp gỡ ở miền Đông thưa thớt dần
tôi trở lại Sài Gòn Quán
Sài Gòn Quán đóng cửa
tôi tạt vào Saxbys Coffee
Saxbys Coffee đóng cửa
(...)
đóng cửa đóng cửa đóng cửa
những nơi chúng tôi thường lui tới bây giờ đóng cửa hết rồi

Sài Gòn Quán là Sài Gòn Quán, Saxbys Coffee là Saxbys Coffee cũng như Đinh Cường là Đinh Cường, không là biểu tượng của một cái gì khác hơn chính những danh xưng đó. Phạm Cao Hoàng còn làm cho hiện thực sống động hơn bằng cách đưa đối thoại vào trong thơ, một nét khá riêng trong thơ anh:

Vẫn là những cốc rượu vang được cất giữ nhiều năm của người chủ nhà hiếu khách
nâng ly nào
chúc mừng các bạn được hít thở không khí tự do sáng tạo.
- Này Lê Hân, bạn làm công việc xuất bản sách được bao nhiêu năm rồi?
- Trên dưới hai mươi năm.
- Ở hải ngoại in sách đồng nghĩa với thua lỗ. Sao bạn lại chọn con đường này?
- Vì đam mê, vì những người yêu sách và vì niềm vui của các tác giả có sách được in.
- Lâu nay bạn có về Việt Nam không?
- Có chứ. Về thăm quê hương, gia đình, bạn bè và đi tìm những cuốn sách xưa quí hiếm.
(Woodbridge, buổi chiều và những nụ cười).

Tôi tin rằng đây là một đối thoại có thật; Lê Hân là một nhân vật có thật, anh là chủ nhân của nhà xuất bản Nhân Ảnh.

Tên bạn bè và người thân cũng được anh đưa hẳn vào thơ, khi thì nằm ngay trong tựa đề, như "Ở New Jersey, gặp lại Phạm Văn Nhàn" hay "Trần Hoài Thư xuống núi"; khi thì nằm trong nội dung, bằng tên thật đi kèm theo những sự kiện liên hệ có thật: Nguyễn Xuân Hoàng, Trương Vũ, Nguyễn Ngọc Phong, Nguyễn Trọng Khôi, hay Phụng, Tiên, Nhượng, Triền, Kim Huê (bạn học của Cúc Hoa)… Quê nhà và quê người cũng thế, hoàn toàn cụ thể, đó là tên các thành phố, các cơ sở hay tên những con đường, hoặc nằm ngay ở tựa đề như "Chia tay Đà Lạt", "Đi cùng em giữa Đà Lạt sương mù", "Mùa thu Đức Trọng", "Dran, ngày về", "Thơ tặng người thi sĩ ở Garland", "Scibilia, ngày cuối thu" hoặc nằm trong nội dung như Tuy Hoà, Đà Lạt, dốc Nhà Làng, dòng Potomac, Thủy Tạ, Lạc Lâm, khu Hoà Bình, dốc Duy Tân, cầu Vĩnh Viễn, Le Bledo, Tong Thái, Phở Xe Lửa, Gallery Lạc Việt, Bellingham, New Delhi, thung lũng Fox, Bệnh viện Centre Hospitalier... Có thể nói, không có thơ của nhà thơ nào lại chứa đựng nhiều danh từ riêng như thơ Phạm Cao Hoàng.

Anh cụ thể hóa thơ bằng những con số kèm theo địa danh và sự kiện, kể cả ngày, tháng và năm của một người thân từ trần:

Bệnh viện Centre Hospitalier
phòng 1004
anh tôi nằm trên giường bệnh, hơi thở mệt nhọc
(...)
Ngày 18 tháng 9 năm 2019
anh tôi yên nghỉ ở nghĩa trang Athis-Mons, ngoại ô Paris
đúng với ước nguyện của cháu tôi: con cần một nơi để còn
thăm viếng
và anh tôi sinh ở Việt Nam, qua đời trên đất Pháp
sau 35 năm ra đi chưa một lần trở lại quê nhà
(Sau 35 năm chưa một lần trở lại quê nhà).

Đi xa hơn, Phạm Cao Hoàng còn đưa hình ảnh vào thơ. Bài thơ "Xin cho tôi được làm người Việt Nam", với hai câu đầu:

mấy anh ngỗng Bắc Mỹ bay rất nhanh rất xa
nhưng khi đi bộ thì cứ tà tà

được minh họa bằng bức ảnh chụp một đàn ngỗng băng qua đường với ghi chú "*Ảnh chụp ở đường Hollinger, (Fairfax, VA) lúc 6:30 sáng 18/8/2017*". Đàn ngỗng trong bài thơ này đóng vai trò của một gợi ý. Từ đàn ngỗng, anh đề cập đến tự do, nhân quyền và sự sống cũng như tình cảm đối với quê hương.

Nói chung, theo tôi, Phạm Cao Hoàng đưa hiện thực cụ thể vào thơ nhằm minh chứng cho quan điểm và tình cảm của anh: thơ mộng thì thơ mộng, lãng đãng thì lãng đãng, văn nghệ thì văn nghệ, nhưng phải có thật, phải thành thật và do đó, cảm xúc thật. Không thương vay khóc mướn, không đánh bóng người, không tự đánh bóng mình, và cũng không ca ngợi vu vơ.

Thơ-hóa hiện thực hay hiện-thực-hóa thơ chỉ là một cách phân tích, một cách làm rõ cấu trúc thơ của Phạm Cao Hoàng. Thực ra, hai yếu tố này thể nhập vào nhau.

Scibilia, ngày cuối thu
tôi đuổi theo những đám sương mù
và khi quay lại tôi nhìn thấy
một giọt sương buồn trong mắt em
(Scibilia, ngày cuối thu)

Mùa thu, con đường, sương mù, sương buồn và mắt em hoà trộn vào nhau tạo thành một thi-ảnh vừa đẹp vừa thơ mộng. Hiện thực trong thơ và thơ trong hiện thực. Nhưng tiêu biểu hơn cả trong sự thể nhập *hiện thực* và *thơ* chính là nàng Cúc Hoa, xuất hiện trong nhiều bài. Xin trích nguyên một trong những bài mà tôi cho là điển hình cho nhận xét này:

thức dậy lúc ba giờ sáng
ngoài trời tuyết phủ mênh mông
tuyết ngập hồn người xa xứ
tuyết mù mịt cả miền đông

cùng em ra sân cào tuyết
gió đêm lạnh đến tê người
tuyết nhiều cào xong thấm mệt
và đôi chân bước rã rời

cùng em ra sân cào tuyết
biết là vất vả mà vui
chia nhau một đêm băng giá
ở vùng Bắc Mỹ xa xôi

cùng em ra sân cào tuyết
biết là vất vả mà vui
và cứ hồn nhiên em nhé
cùng tôi đi giữa cuộc đời

thức dậy lúc ba giờ sáng
ngoài trời tuyết trắng như bông
tôi yêu những bông tuyết trắng
và yêu em – đóa hoa hồng
(Đóa hoa hồng trong tuyết).

Có "bông tuyết trắng" rất đẹp, có "đóa hoa hồng" thơm tho; nhưng trong bài thơ này, "đóa hoa hồng" cào "bông tuyết trắng", *vất vả mà vui!* Phạm Cao Hoàng đã biến chuyện hai vợ chồng cùng cào tuyết - một trong những công việc khá nhọc nhằn của những người sống ở xứ tuyết - thành thơ! Chất hiện thực trong thơ anh khiến tập thơ của anh như một thứ hồi ký sống. Nó tạo xúc động, không chỉ bằng ngôn ngữ mà bằng những gì có thật. Nói cách khác, hiện thực là một trong những yếu tố gây xúc động. Nhà văn Phạm Văn Nhàn, khi đọc bài thơ "Cha tôi", đã viết: *"Đọc bài thơ CHA TÔI, tôi nhớ đến ngôi nhà và hình ảnh của bác trai. Bác cao, hơi gầy và da ngăm đen. Cái đen của nắng và gió, của một người nông dân thuần chất"*; hoặc bài thơ "Mây khói quê nhà", là anh nhớ đến *"con đường dọc theo mương dẫn thủy nhập điền từ đập Đồng Cam về tưới tiêu cho những cánh đồng rộng lớn. Tôi đã từng đi trên con đường này."* (...) *"Rất rõ và thèm: nồi cá rô thơm mùa lúa mới, như trong thơ Phạm Cao Hoàng."*[1]

Tóm lại, thơ Phạm Cao Hoàng là Phạm Cao Hoàng. Chẳng thế mà, nhà thơ Nguyễn Xuân Thiệp viết:

"Đọc thơ Phạm Cao Hoàng, ta thấy tâm hồn anh đầy nhân hậu, bao dung và độ lượng, luôn mở rộng đón nhận những âm vang của đất trời. Ở Phạm Cao Hoàng, không có sự ganh ghét thù hận hay ra vẻ trí thức triết lý với đời. Thơ anh trong sáng, tự nhiên, bình dị, nhẹ nhàng đi vào hồn người. Đọc thơ Phạm Cao Hoàng ta tìm được niềm an ủi trong tình yêu, gia đình, bạn bè, quê hương đất nước và cuộc sống chung quanh mình."[2]

Tưởng không có nhận xét nào chính xác hơn.

TRẦN DOÃN NHO
(Dallas, đầu Xuân Quý Mão, 2/2023

---

[1] Phạm Văn Nhàn, Đất và Người, "Đất còn thơm mãi mùi hương", Thư Ấn Quán, in lần thứ 3, 2018, trang 104, 105.
[2] Nguyễn Xuân Thiệp, *Bạt*, "Đất còn thơm mãi mùi hương", Thư Ấn Quán, in lần thứ 3, 2018, trang 12.

TRẦN THỊ NGUYỆT MAI
PHẠM CAO HOÀNG VÀ BÀI THƠ
"TÔI ĐANG VẼ TÂM HỒN CỦA BẠN"

Cuối tháng 4/2017, anh Trương Vũ vẽ chân dung tặng anh Nguyễn Minh Nữu, tôi gửi email chúc mừng:

Xin chúc mừng anh Nữu có một bức chân dung rất đẹp do anh Trương Vũ vẽ.

Em mới post lên blog:
https://tranthinguyetmai.wordpress.com/2017/04/29/ tranh-truong-vu-phac-hoa-chan- dung-nguyen-minh-nuu/
Ở phần tái bút, tôi viết:

"Anh Trương Vũ ơi,
Hình như anh chưa vẽ anh Nguyễn Xuân Thiệp và anh Phạm Cao Hoàng. Hôm nào có hứng anh vẽ hai anh để kỷ niệm nhé."

Anh Trương Vũ viết lại cho tôi:

2017-04-29 1:35 GMT-05:00 Son Truong <xxxxx@gmail.com>: *"Nguyệt Mai ơi, trong waiting list của anh có NXT, PCH, TTNM,... Tuy nhiên, dù phác thảo anh cũng cần có ít nhất một sitting và một hai buổi nói chuyện để quan sát. Theo anh, vẽ chân dung thì phải giống, phải sống động, phải cố biểu hiện được tinh thần, và cá tính của người mẫu. Thực tế, không phải bức chân dung nào cũng được như ý mình muốn. Nhiều khi vẽ ra chẳng giống ai! May nhờ rủi chịu! BTW, hơi chậm nhưng sẽ có tất cả. Thân mến, TV"*

Rồi sau đó, anh hẹn chị Duyên và tôi hôm nào đến Virginia, anh sẽ vẽ chân dung cho hai đứa. Thật bất ngờ và vui không thể tả. Lần đầu tiên được làm người mẫu. Nghĩa là phải ngồi yên như tượng, không được nhúc nhích trong khi họa sĩ đang vẽ. Cái này mới khó đây! Làm sao ngồi yên nổi trong khi tôi là người luôn năng động? Do đó, tháng 6 năm ấy, tôi lo lắng viết thư hỏi anh:

"... Em nhớ có lần anh nói phải có thời gian để anh nói chuyện, tìm hiểu... trước khi bắt đầu vẽ. Mà bây giờ em cũng bắt đầu thấy run, sợ không được tự nhiên... Lại nhớ chuyện họa sĩ Trương Thị Thịnh đã vẽ anh Hải Phương ngủ gục vì khi làm mẫu thì anh HP đã ngủ. Hay là khi tụi em đến thì anh đo đạc chi đó (em nghe kể là vì anh là nhà Toán học nên anh có dùng thước đo khi vẽ chân dung), rồi anh chụp cho tụi em vài tấm ảnh, anh lựa tấm ảnh rõ nhất và đẹp nhất nhìn theo để vẽ thì tụi em đỡ run hơn. Anh nghĩ như vậy có được không?"

Chị Duyên viết lại: "Thấy NM dễ thương chưa, anh TV vẽ nét này vào tranh NM nhé.

Em kể cho Mai nghe là trong một bức hình nào của anh PCH thấy anh TV có cầm cây thước đứng trước bức tranh đang họa nhắm về phía người mẫu, đoán là vì anh là nhà khoa học nên khi thành họa sĩ đây là yếu tố kỹ thuật anh dùng trong hội họa, ai dè Mai tưởng anh phải đo đạc người mẫu..."
Chúng tôi chọn sẽ đến Virginia vào tháng 10 năm đó. Anh Trương Vũ viết trả lời cho mấy đứa tôi:

"NM, D, và PCH đều đoán sai hết! Trước khi làm nhà khoa học anh làm thầy giáo. Theo thói quen cũ nên khi làm họa sĩ anh cũng cầm cái cây như cây roi. Hễ người mẫu nhúc nhích hay ngủ gục là... anh đánh! BTW, tháng 10 cũng tốt. Hai ngày để vẽ chân dung cho NM cũng được, anh sẽ dùng hình chụp (do anh chụp) để phụ thêm, tuy nhiên chỉ có thể vẽ vignette, như

chân dung của Nguyễn Minh Nữu. Thật ra, rất nhiều người thích vignettes, vẽ nhanh hơn nhưng đòi hỏi sự xuất thần của họa sĩ nhiều hơn. Sẽ rất vui, đừng lo. Thân mến, TV"

Theo hẹn, ngày 12/10/2017, khi máy bay hạ cánh xuống phi trường Ronald Reagan Washington National Airport, thì chúng tôi nhận được *text* anh Phạm Cao Hoàng chuyển bài thơ "Tôi đang vẽ tâm hồn của bạn" anh mới viết tặng anh Trương Vũ nhân dịp này.

Nhà thơ Phạm Cao Hoàng như thay họa sĩ Trương Vũ nói những điều muốn giãi bày với chúng tôi, để chúng tôi an tâm hơn và đừng run, dù biết rằng chuyện đánh đòn khi người mẫu nhúc nhích hay ngủ gục của anh TV chỉ là chuyện... đùa vui.

khi tôi ngồi trước giá vẽ
bắt đầu những nét chấm phá phác thảo chân dung bạn
đôi mắt của bạn có thể mơ màng hay đầy nghị lực
khuôn mặt của bạn có thể dịu dàng hay cương trực
nụ cười của bạn có thể ưu tư hay hồn nhiên
vai của bạn có thể thẳng hay nghiêng
sao cũng được
miễn là bạn phải là bạn [*]

A, hay quá, *"miễn là bạn phải là bạn"*, nghĩa là chúng tôi chỉ cần là... chúng tôi, là Duyên, là Nguyệt Mai, là con người rất thật của chính mình mà không cần phải giả vờ hay làm dáng...

đôi mắt của bạn có thể mơ màng hay đầy nghị lực
khuôn mặt của bạn có thể ưu tư hay hồn nhiên [*]

Thật đúng lúc. Người mẫu như cất được "gánh nặng" (?) không còn phải lo nữa.
Anh Phạm Cao Hoàng chia sẻ tiếp:

tôi là họa sĩ tự nguyện chọn những nhân vật mà mình muốn vẽ
khuôn mặt mỗi người có thể khác nhau
nhưng những nhân vật tôi chọn đều có một điểm giống nhau:
các bạn là người có một tâm hồn đẹp
tôi tin điều đó
và khi vẽ chân dung bạn
có nghĩa là tôi vẽ tâm hồn của bạn
tôi vẽ tấm lòng nhân hậu của bạn
và nếu cuối cùng chúng ta có được bức chân dung đẹp
thì chính bạn là người góp một phần rất lớn trong việc sáng
tạo ra tác phẩm đó [*]

Làm sao chúng tôi không cảm động và cả hãnh diện khi đọc những dòng này? Giữa trăm công ngàn việc với quỹ thời gian không phải là bất tận mà anh Trương Vũ vẫn dành cho chúng tôi, những đứa em ở xa, những tình cảm đặc biệt khi chọn vẽ chúng tôi... Nhớ trước đó, anh đề nghị chị Duyên và tôi đến nhà anh, anh chị sẽ lo cả việc ăn ở cho chúng tôi trong thời gian này. Nhưng anh chị Phạm Cao Hoàng luôn rất dễ thương và chân tình với bạn bè, đã ngỏ lời, *"anh Trương Vũ đã lo phần vẽ rất mệt rồi, Duyên và Nguyệt Mai sẽ ở tại nhà Phạm Cao Hoàng..."* Anh chị và cháu Thiên Kim đã rất tận tình, chu đáo lo tất cả cho chúng tôi được thoải mái trong thời gian ở đây... Làm sao có thể quên được những ân tình quý giá này?

Đặc biệt, lỡ có ngủ gục khi đang được vẽ, cũng sẽ không sao. Vì họa sĩ sẽ chỉ vẽ tâm hồn người mẫu, nên dù có thế nào cũng không lo đó là bức tranh không như ý. Chỉ cần nghĩ đến gia đình, bạn bè, quê hương... với những tình cảm đẹp nhất là đủ:

khi tôi ngồi trước giá vẽ
bắt đầu những vệt sơn dầu vẽ chân dung bạn
bạn ngồi đó nhiều tiếng đồng hồ
trên chiếc ghế dành cho người mẫu

có lúc bạn sẽ rất mệt mỏi và ngủ gục
thì cứ ngủ, không sao đâu
vì tôi đang vẽ tâm hồn bạn mà
một tâm hồn luôn luôn tỉnh thức
và lúc này đây
bạn hãy nghĩ về những người mà bạn yêu thương nhất
đất nước của bạn
gia đình của bạn
bạn bè của bạn
những ân nhân trong cuộc đời bạn
để khuôn mặt của bạn trên bức chân dung
sẽ là một khuôn mặt tràn đầy yêu thương và thánh thiện [*]

Bài thơ *"Tôi đang vẽ tâm hồn của bạn"* viết tặng anh Trương Vũ của nhà thơ Phạm Cao Hoàng thật giản dị mà cũng rất sâu sắc. Phải là người thật gần gũi và thân cận với họa sĩ Trương Vũ mới viết được những lời thơ như thế. Đối với bạn bè, anh Trương Vũ là người hào sảng, hết lòng và chân tình. Tôi tin không chỉ riêng chúng tôi, mà tất cả những ai được anh Trương Vũ chọn vẽ cũng đều rất cảm động, yêu quý anh. Có thể nói, anh Trương Vũ là họa sĩ đã tự nguyện vẽ tặng chân dung cho bạn bè nhiều nhất. Mỗi người đều có một kỷ niệm riêng. Với riêng em, em không thể nào quên thời gian mà các anh và gia đình đã dành cho chúng em, anh Trương Vũ và anh Phạm Cao Hoàng ơi! Sẽ còn mãi những kỷ niệm không thể nào quên, đầy ắp trong tim mỗi lần nhớ đến. Một lời cảm ơn chẳng thể nào đủ được, nhưng em biết dùng từ nào khác, ở đây?

TRẦN THỊ NGUYỆT MAI
Ohio, 26.2.2023

(*) Phạm Cao Hoàng: Tôi đang vẽ tâm hồn của bạn – tặng anh Trương Vũ.

TRƯƠNG VŨ
Thơm Mãi Mùi Hương

Tôi quen nhiều người làm thơ. Thơ có hay, có không hay. Bạn có thân, có sơ. Thế nhưng, không phải ai cũng để lại trong tôi những ấn tượng đẹp, những tình cảm sâu đậm, dù với người có nhiều thơ tôi thích. Giữa thơ với người thường có khoảng cách.

Tôi nhận được tập thơ "ĐẤT còn thơm mãi mùi hương", ấn bản sau cùng, của Phạm Cao Hoàng (PCH) vào đầu thu 2018 khi đang ở San Jose, California. Ấn bản mới đẹp hơn, nhiều thơ hơn, nhiều phụ bản hơn. Mở tập thơ ra xem, tôi có cảm giác như vẫn ngồi đâu đó ở Virginia, với vợ chồng Hoàng, cháu Thiên Kim, với bè bạn thường lui tới, giữa cái rộn ràng của cỏ cây đang rực màu thu của vùng đông bắc. Ở PCH, thơ và người luôn đi liền nhau. Trong tập thơ nhỏ, khoảng 100 trang, tôi thấy ở đó cả một đời người. Có tình yêu đậm đà cho quê hương, nồng nàn cho cha mẹ, vợ con, gia đình, và tình bạn thắm thiết. Nhiều bạn. Người mất, người còn.

Tôi xa quê đã hơn 40 năm. Nhớ quê nhiều. Nhưng, khi đọc thơ Hoàng lần này, tôi lại cảm được ở nơi mình có một nỗi nhớ khác, bình dị nhưng da diết, từ mấy câu thơ như:

bữa đó con về thăm Phú Thứ
gặp lại mùi hương của ruộng đồng
gặp lại những năm và tháng cũ
mây khói quê nhà nhẹ bước chân
(MÂY KHÓI QUÊ NHÀ, trang 61)

Khi đọc những dòng thơ PCH viết cho cha mẹ, cho chị, cho người thân, tôi có thể tưởng tượng ra hình ảnh của những con người này. Hoàng không vẽ chân dung, nhưng qua vài dòng cảm xúc, tôi hình dung ra được ánh mắt của họ, nhận ra được cái bên ngoài mộc mạc đó chất chứa bao tình thương nào, bao hy sinh, bao khắc khoải nào. Như, khi Hoàng viết về cha:

ngày mùa đông cha mặc áo tơi ra ruộng
ngày nắng lửa cha gò mình đạp lúa
những sáng tinh mơ cùng đàn bò lầm lũi đi về phía bờ mương
...
thương chiếc áo cha một đời thơm mùi đất
thương đất quê mình thơm mãi mùi hương
(CHA TÔI, trang 71)

Và, nỗi đau khi nhớ về các bậc sinh thành đã *"về làm cát bụi"*:

lớn lên dưới trời khói lửa
mẹ thương, lo từng bữa ăn
cha thương, lo từng giấc ngủ
chị thương, an ủi dỗ dành
...
nhớ ngày tôi đi biển khóc
bóng cha tôi ở cuối đường
...
nhớ ngày tôi đi mẹ khóc
ruộng vườn bỏ lại sau lưng
mây mù che ngang đèo Cả
đường xa mưa gió mịt mùng
(MAI KIA TÔI LÀ HẠT BỤI, trang 61)

PCH viết nhiều về bè bạn. Như Đinh Cường, Nguyễn Xuân Thiệp, Nguyễn Xuân Hoàng, Trần Hoài Thư, Phạm Văn Nhàn, v.v... Đinh Cường là một người bạn chung. Những năm tháng sau này, trước khi Cường mất, chúng tôi gặp nhau khá thường xuyên, cùng với nhiều bạn bè khác ở vùng Virginia. Tình bạn giữa tôi với Cường trải dài hơn bốn mươi năm, cùng chứng kiến bao thăng trầm, cùng trải qua một thời tuổi trẻ với sức sống hừng hực như hàng ngàn cây phượng nở rực trên ngọn đồi một đại học chúng tôi cùng làm việc với nhau. Và, cùng trải qua những tháng ngày hiu hắt khi trở về thăm ngọn đồi đó chỉ còn thấy vài gốc phượng xác xơ. So với tôi, PCH chỉ thân với ĐC nhiều năm sau, nhưng tình bạn giữa PCH với ĐC lại rất thâm trầm và ẩn chứa một chất tri kỷ rất ít thấy mà chính tôi không có được. PCH đã cảm nhận sâu sắc tâm trạng của ĐC khi sau bao nhiêu năm về lại một chốn cũ, Dran (Đơn Dương), một thị trấn cao nguyên nhỏ mà ở nơi đó Cường có vài năm dạy học. PCH đã viết lên những câu như:

khi trở về chàng đứng ngẩn ngơ
giọt nước mắt rơi trên nền đất cũ
đêm Dran
nhớ tiếng xe thổ mộ
về hướng Kado về phía Lạc Lâm
đêm Dran
...
nhớ những mảng màu của một thời tuổi trẻ
chiếc giá vẽ gian nan cùng năm tháng sương mù
(DRAN, NGÀY VỀ, trang 44)

Và khi ĐC thình lình ngã bệnh nặng phải nhờ trực thăng cấp cứu đưa vào bệnh viện:

chàng ngã xuống
sau khi đã đi nửa vòng trái đất
và dừng chân bên khu rừng Burke
nghe tiếng chim hót buổi sáng

nghe tiếng lá xào xạc buổi chiều
những ngày mưa hiu hắt
những ngày bão tuyết hoang mang
trong garage
đẳng sau giá vẽ
chàng lặng lẽ
vẽ chân dung mình
và nỗi nhớ quê hương
(ƯỚC MƠ CỦA NGƯỜI HỌA SĨ, trang 39)

Tôi thấy được ở đây cả một bức tranh "biểu tượng" vẽ cho ĐC, dù PCH chưa bao giờ thực sự cầm cọ tô màu trên giá vẽ.

Trong bài thơ đề tặng Trần Hoài Thư, tôi thích nhất hai câu sau đây, nói lên được rất nhiều về bạn mình, nỗi niềm lẫn thế sự:

mười năm một thoáng phù vân
tiếng chim vườn cũ mùa trăng quê người
(DÙ SAO VẪN CÁM ƠN ĐỜI, trang 30)

Xếp sách lại, cố nhớ những câu thơ đã đọc, cố mường tượng những hình ảnh ẩn hiện trong sách, tôi thấy ra ngay, rất rõ, hình ảnh của Cúc Hoa. Rất rõ. Không chút liêu trai nào. Và, đây cũng là một yếu tố tạo nên sắc thái riêng của thơ PCH. Yêu một người con gái nay đã thành sương khói hay yêu một người đẹp chỉ có trong mộng, để làm thơ. Tôi đọc được khá nhiều thơ loại này, nhưng cả với nhiều bài nổi tiếng, cái không thật nếu có rất dễ nhận ra, người đọc thấy ngường ngượng. PCH làm nhiều thơ cho vợ mình, một người vợ đã cùng chia sẻ ngọt bùi ba bốn mươi năm nay, cùng chịu đựng bao nhiêu chông gai trong cuộc đời. Tôi thân với họ, tôi hiểu họ, kín đáo, thâm trầm. Tôi đọc thơ PCH, tôi cảm nhận được từ đó một thứ tình yêu chơn chất, đậm đà, nhưng thật, như con người rất thật của họ.

bây giờ nhớ núi nhớ rừng
nhớ sông nhớ biển nhớ trăng quê nhà

thương em ngày nắng Tuy Hoà
chiều mưa Đức Trọng, sáng Đà Lạt sương
thương em và những con đường
một thời tôi đã cùng em đi về
(BÂY GIỜ, trang 32)

Cách đây khoảng mười năm, Cúc Hoa bị tai nạn xe khá nặng ở Virginia. PCH viết về cảm giác của mình khi đưa vợ từ bệnh viện về, ngồi trên xe lăn:

hôm em ở bệnh viện về
cụm hoa trước ngõ cũng vừa ra bông
đã qua rồi một mùa đông
và qua rồi những ngày không tiếng cười
(ĐÃ QUA RỒI MỘT MÙA ĐÔNG, trang 34)

Tình yêu của họ, gắn liền với tình yêu của đất. Đất ở quê nhà:

ngày xưa, ngày xưa, ngày tôi và em lang thang trong sương
mù Đà Lạt
ngày xưa, ngày xưa, ngày em chở con đi học
ngày xưa, ngày xưa, bữa ăn chín phần mười là bắp
đêm em nằm trằn trọc
vì không đủ sữa cho con
(CHIA TAY NGỰA Ô, trang 46)

Đất ở tha hương, ngay sau nhà mình, trong tuyết giá:

cùng em ra sân cào tuyết
gió đêm lạnh đến tê người
tuyết nhiều cào xong thấm mệt
và đôi chân bước rã rời
(ĐÓA HOA HỒNG TRONG TUYẾT, trang 67)

Và, nắng gió ở tha hương, khi dừng chân bên dòng Potomac:

gió lồng lộng cả một trời Đông Bắc
tóc em bay trong nắng thu vàng
(KHI DỪNG LẠI BÊN DÒNG POTOMAC, trang 24)

Để qua bên phần chữ nghĩa của bao nhiêu bài thơ, tập sách nhỏ "ĐẤT còn thơm mãi mùi hương" cần được xem là một tác phẩm nghệ thuật với sự sắp xếp, chăm sóc chu đáo và tài tình. Cảm giác này tôi luôn có được khi thường xuyên theo dõi Trang Văn Học Nghệ Thuật Phạm Cao Hoàng trên web. Ở đó không phải chỉ có thơ, có văn, có họa mà ở đó người đọc còn cảm nhận cái thi vị, vi tế lẫn một thứ hồn nhiên rất đặc biệt. Chẳng hạn, đang nghiêm túc với những sáng tác văn học, hội họa, của rất nhiều tác giả, cùng những truyện dịch chọn lọc của Thân Trọng Sơn, v.v… để đi vào một thế giới rộng mở của nghệ thuật, thì thình lình nghe một bản nhạc do Sylvie Vartan hát da diết tự năm xưa, hay một độc tấu tây ban cầm rất thời thượng. Cũng có thể, rất bất ngờ, xuất hiện một lịch trình các trận túc cầu, nếu đang mùa World Cup. Rồi, trở lại ngay với… văn học nghệ thuật. Sinh động! Rất "Phạm Cao Hoàng", trong thơ hay ngoài thơ.

Về thơ của PCH, tôi đồng ý với nhận xét của Nguyễn Xuân Thiệp trong lời bạt: "*Đọc thơ Phạm Cao Hoàng, ta thấy tâm hồn anh đầy nhân hậu, bao dung và độ lượng, luôn mở rộng đón nhận những âm vang của đất trời. Ở Phạm Cao Hoàng, không có sự ganh ghét, thù hận hay ra vẻ trí thức triết lý với đời. Thơ anh trong sáng, tự nhiên, bình dị; nhẹ nhàng đi vào hồn người.*"

Xin nói thêm. Thơ PCH có nhạc. Lời thơ chơn thật nhưng vẫn luôn bàng bạc nét cao sang trầm lặng của một tâm hồn đẹp.

Thơ, văn, âm nhạc, nghệ thuật, cùng với những đóng góp và cách đóng góp như nói trên, đã giúp làm cho mảnh đất mà chúng ta đang sống ở đây luôn **còn thơm mãi mùi hương**. Không có nó, đất cằn cỗi và trơ trẽn.

TRƯƠNG VŨ
Maryland, 12.2018

ĐẤT CÒN
THƠM MÃI MÙI HƯƠNG
Phần 3
15 CA KHÚC
PHỔ THƠ PHẠM CAO HOÀNG

Bên Trời Tuyết Lạnh

Thơ: Phạm Cao Hoàng

Nhạc: Vĩnh Điện

Slow Surf

Bây giờ nhớ núi nhớ rừng. Nhớ sông nhớ biển nhớ trăng quê

nhà. Thương em ngày nắng Tuy Hòa. Chiều mưa Đức Trọng, sáng Đà Lạt

sương. Thương em và những con đường. Một thời tôi đã cùng em đi

về. Bây giờ lạ đất lạ quê. Bước chân phiêu bạc biết về nơi

đâu. Thương em nắng dãi mưa dầu. Đau cùng tôi với nỗi đau riêng mình. Chia cùng tôi một chút tình. Của ngàn năm trước và nghìn năm

sau. Về đâu chẳng biết về đâu. Thôi thì về lại buổi đầu gặp

em. Dòng sông xưa ấy êm đềm. Mùa thu năm ấy bên thềm lá bay. Bàn

tay nắm chặt bàn tay. Dìu nhau qua những tháng ngày gian nan. Bây

giờ ngồi nhớ Việt Nam. Bên trời tuyết lạnh hai hàng lệ rơi.

Dù Sao Vẫn Cảm Ơn Đời

Thơ: *Phạm Cao Hoàng*
Nhạc: *Vĩnh Điện*

Blue Jazz ♩ = 58

Dù sao vẫn cảm ơn đời. Cỏ cây và gió mặt trời và hoa. Cảm ơn những đám mây xa. Đang bay về phía quê nhà chiều nay. Cảm ơn những sớm heo may. Lạnh se sắt lạnh bên nầy đại dương. Cảm ơn giọt nắng vô thường. Lung linh ở cuối con đường khổ đau. Mười năm nước chảy qua cầu. Chuyện người xa xứ là câu chuyện buồn. Mười năm sống kiếp tha phương. Thân nơi biển bắc mà hồn biển đông. Mười năm thương ruộng nhớ đồng. Lòng còn ở lại sao không quay về. Mười năm nhớ đất thương

quê. Bước đi một bước nặng nề đôi chân.

Mười năm một thoáng phù vân. Tiếng chim vườn

cũ mùa trăng quê người. Dù sao vẫn cám ơn

đời. Biển xanh và sóng núi đồi và em. Cám

ơn những sáng êm đềm. Khói cà phê quyện bên hiên nhà

mình. Đứng bên bờ vực tử sinh. Vẫn nghe em

Để kết thúc...

hát bản tình ca xưa. Mười

năm như một giấc mơ. Mười năm như một giấc mơ. Mười...

DƯỚI TRỜI ĐÔNG BẮC

Thơ : *Phạm Cao Hoàng*
Nhạc : *Vĩnh Điện*

Boston

Bây giờ mùa đông trở lại. Rừng xơ xác ngọn điêu

tàn. Bầy chim bay xa trốn tuyết. Trong sương mù tôi lang thang. Ôm

đàn qua thung lũng Fox. So dây ghi lại đời mình. Một thời chiến tranh - tuổi

trẻ. Một thời Đà Lạt và em. Ôm đàn đứng bên vách núi. So

dây chơi một đoạn buồn. Đoạn cho một thời xa xứ. Đoạn thương và nhớ quê

hương. Bây giờ mùa đông trở lại. Rừng xao xác gió sang mùa. Tôi

đi dưới trời đông bắc. Thương và nhớ quá ngày xưa.

ĐÀ LẠT VÀ CÂU CHUYỆN
VỀ KHU VƯỜN THI SĨ

Thơ : *Phạm Cao Hoàng*
Nhạc : *Vĩnh Điện*

... Và bài thơ tôi viết đêm nay.
Là bài thơ sau bốn mươi năm.
Kể từ hôm tôi nắm tay em.
Chầm chậm đi qua Khu Hòa Bình.
Xuống con dốc Duy Tân.
Rẽ sang Hai Bà Trưng.
Và dừng lại nơi chiếc cầu Vĩnh Viễn.

Slow Ballad ♩ 60 (*Dịu dàng, tâm sự*)

Đêm ấy Đà Lạt có một chút mưa bay. Có tiếng hát của Lê Uyên

Phương và bạn bè thương mến. Em mặc chiếc áo màu xanh của miền đồi núi.

Đôi mắt hồn nhiên như một bài thơ tình. Đi bên em trong đêm cao

nguyên. Tôi nói với em về ước mơ của chàng lãng tử.

Chàng làng tử đưa em đến một khu rừng. Và dừng lại bên một dòng

suối. Nói với em rằng tôi yêu em. Tôi sẽ không bao giờ xa em.

Đi bên em trong đêm cao nguyên. Tôi nói với em về câu chuyện thần

tiên. Tôi và em đi đến một khu vườn. Nơi mọi người chỉ biết yêu

nhau. Chỉ biết tặng nhau hoa, nụ cười và những bài thơ. Tôi gọi đó là vườn thi

sĩ. Em gật đầu cười rất nhẹ: "Em sẽ ở cùng anh trong khu vườn

đó". "Em sẽ ở cùng anh trong khu vườn đó". Và bàn tay

tôi vừa chạm trái tim em. Và bàn tay tôi vừa chạm trái tim em.

ĐÓA HOA HỒNG TRONG TUYẾT

Thơ : *Phạm Cao Hoàng*
Nhạc : *Vĩnh Điện*

Slow-rock ♩. 60

Thức dậy lúc ba giờ sáng. Ngoài trời tuyết phủ mênh

mông. Tuyết ngập hồn người xa xứ. Tuyết mù mịt cả miền đông.

Cùng em ra sân cào tuyết. Gió đêm lạnh đến tê

người. Tuyết nhiều cào xong thấm mệt. Và đôi chân bước rã rời.

Cùng em ra sân cào tuyết. Biết là vất vả mà vui. Chia nhau một đêm băng giá. Ở vùng Bắc Mỹ xa xôi. Cùng em ra sân cào tuyết. Biết là vất vả mà

vui. Và cứ hồn nhiên em nhé. Cùng tôi đi giữa cuộc đời.

Thức dậy lúc ba giờ sáng. Ngoài trời tuyết trắng như

bông. Tôi yêu những bông tuyết trắng. Và yêu em - đóa hoa hồng.

Giữa Đà Lạt Sương Mù

Thơ: Phạm Cao Hoàng
Nhạc: Vĩnh Điện

Slow Rock

Rồi có lúc trở về chốn cũ. Đi cùng em giữa Đà Lạt sương

mù. Hát cùng em bài tình ca thuở ấy.

Tìm lại dấu chân mình trên những lối đi xưa. Rồi có lúc trở về chốn

cũ. Đi cùng em giữa Đà Lạt sương mù.

Cố quên đi một đoạn đời lận đận. Quên đi những ngày khốn khó gian

nan. Tìm lại mùi hương bên chiều Thủy

Tạ. Theo em về những hò hẹn ngày mưa. Và thương

nhớ một thời tuổi trẻ. Chỉ có hoa hồng và chỉ có mộng

mơ. Tìm lại giọt sương trên đồi buổi sớm. Bước cùng

em trên ngọn cỏ hồng. Và thương nhớ một thời lãng

mạn. Chỉ có tình yêu bát ngát mênh mông.

MAI KIA TÔI LÀ HẠT BỤI

Thơ : *Phạm Cao Hoàng*
Nhạc : *Vĩnh Điện*

Chậm - *Diễn tả theo cảm xúc*

Năm tôi vừa mười một tuổi. Quê tôi bom đạn tơi

bời. Bóng ma chiến tranh quay lại. Hãi hùng ôi tuổi thơ tôi.

Lớn lên dưới trời khói lửa. Mẹ thương, lo từng bửa ăn. Cha thương, lo từng giấc

ngủ. Chị thương, an ủi dỗ dành. Rồi đến ngày tôi giả

biệt. Đường đời vạn nẻo tôi đi. Đường đời trăm may nghìn rủi. Vẫn mong có một ngày

về. Nhớ ngày tôi đi biển khóc. Bóng cha tôi ở cuối

đường. Và cánh đồng trơ gốc rạ. Đất còn thơm mãi mùi hương.

Nhớ ngày tôi đi mẹ khóc. Ruộng vườn bỏ lại sau lưng. Mây mù che ngang đèo

Cả. Đường xa mưa gió mịt mùng. Tôi đi và tôi đi mãi. Đừng chân ở lại cao nguyên. Tưởng đâu đất lành chim đậu. Nào ngờ đời vẫn chưa yên. Tôi đi và tôi đi mãi. Quê nhà bỏ lại sau lưng. Quê người gian nan vất vả. Đường xa mây khói mịt mùng. Tôi đi và tôi đi mãi. Tôi đi tìm một mái nhà. Rồi một ngày tôi đừng lại. Bên rừng Sci-bi-li-a. Những chiều mùa thu lá rụng. Những ngày lạnh buổi đầu đông. Nhìn mây bay về cố xứ. Nhớ quê hương đến thắt lòng. Bây giờ còn mong chi nữa. Tôi đi ở cuối con đường. Mai kia tôi là hạt bụi. Bay về phía Thái Bình Dương.

MÂY KHÓI QUÊ NHÀ

Thơ : *Phạm Cao Hoàng*
Nhạc : *Vĩnh Điện*

Nhịp chậm ♩. 60 *(Nhạc ngũ cung)*

Hôm ấy con về thăm Phú Thứ. Gặp lại mùi hương của ruộng đồng. Gặp lại những năm và tháng cũ. Mây khói quê nhà nhẹ bước chân. Mùi hương của đất làm con nhớ. Những giọt mồ hôi những nhọc nhằn. Cha đã vì con mà nhỏ xuống. Cho giấc mơ đời con thêm xanh. Mùi hương của đất làm con tiếc. Những ngày hoa mộng thuở bình yên. Nỗi cá

rõ thơm mùa lúa mới. Và tiếng cười vui của mẹ hiền. Ngày

mai con lại ra đi nữa. Cứ đi hoài mà chẳng đến nơi. Ước

mong ngày ấy giờ chưa đạt. Mà bóng thời gian đã muộn rồi.

MÙA THU ĐỨC TRỌNG

Thơ : *Phạm Cao Hoàng*
Nhạc : *Vĩnh Điện*

Đọc lại một bài thơ cũ. Nhớ thời tôi mới quen em. Lần đầu em về Đức Trọng. Mùa thu lá rụng bên thềm.

Em ơi mùa thu năm ấy. Là mùa thu của riêng mình. Bàn chân em vừa dừng lại. Bên dòng Đa Nhim lung linh.

Em ơi mùa thu năm ấy. Là mùa thu của hẹn hò. Của ngày bên nhau quấn quit. Của đêm về mộng và mơ. Ơi em mùa thu năm ấy. Là mùa

thu của muôn đời. Bàn chân nhẹ nhàng bước tới. Đi bên cạnh cuộc đời

tôi. Rồi từ mùa thu năm ấy. Thương em cho đến bây

giờ. Hơn bốn mươi năm rồi đó. Mùa thu Đức Trọng ngày xưa...

NHỚ MỘT DÒNG SÔNG

Thơ : *Phạm Cao Hoàng*
Nhạc : *Vĩnh Điện*

Slow ♩ 65 *(Nhạc ngũ cung)*

Mười năm và mười mùa đông. Trong hơi thở có hương nồng em

trao. Có tình em rất ngọt ngào. Trong veo như giọt sương đèo Prenn. Nồng nàn

như đêm Lâm Viên. Như Đà Lạt với lời nguyền năm xưa. Tôi và em vẫn đi

về. Trên con đường có nhiều hoa dã quì. Có hò hẹn thuở tình si. Có gian

nan có nhiều khi rất buồn. Mười năm và mười mùa đông. Người thi sĩ ấy   không còn làm   thơ.   Còn chàng   là tiếng ngựa   thở.   Thở khi lên

dốc   bụi mờ mịt bay.   Còn chăng   là hai bàn tay. Đã chai sạm với   tháng ngày gian

nan.   Còn   chàng   là mây lang thang. Trên đồi gió hú   bạt ngàn rừng thông. Còn

chàng   là đêm mênh mông. Người ngồi   nhớ một dòng sông cạn rồi.

THƯ GỬI MẸ

Thơ : *Phạm Cao Hoàng*
Nhạc : *Vĩnh Điện*

Nhip chậm ♩. 60 (Nhạc ngũ cung)

1.Ngó quanh chỉ thấy rừng tiếp rừng. Một trời sương trắng phủ mùa đông. Những bông quỳ nở cùng hơi bấc. Quê nhà tan với bóng sương tan. 2.Thưa mẹ, con đang ở Trạm Hành. Trời đang mùa rét lạnh căm căm. Cuối năm vượn hú trên kè đá. Con hát nghêu ngao hát một mình. 3.Con bước lang thang bước dặm trường. Nhủ lòng đâu lại chẳng quê hương. Ở đâu cũng dưới trời thương nhớ. Một bóng cò lận lội bên sông. 4.Thưa mẹ, con đang ở Trạm Hành. Nơi

đây   còn những   khóm su   xanh.   Những   vườn mận chín mùa xuân

mới.   Những đồi trà   thơm ngát bình yên,   5.Những

chiều hiu hắt bóng sương   rơi.   Con nhớ bằng hơi thở núi   đồi.   Con bước cùng

sương đi với khói.   Con ăn gió   lạnh   uống mây trời.   6.Thưa

mẹ,   con đang   ở Trạm Hành.   Đâu đây trời đất báo xuân   sang.   Con bỗng
Để kết thúc...

nghe   lòng con rộn rã.   Tiếng quê   nhà   giục giã trong con.   7.Cuối

năm,   ừ sắp cuối năm rồi.   Nơi đây còn một bóng con thôi.   Ngó

quanh   nào biết đâu phương hướng.   Quê   nhà   nghe xa lắc, mẹ   ơi.

Các đoạn 2, 4, 6 và 7 có phụ họa bè Nữ.

TRỞ LẠI MIỀN ĐÔNG

Thơ : *Phạm Cao Hoàng*
Nhạc : *Vĩnh Điện*

Valse ♩.120

Ngày tôi trở lại miền đông. Tôi mang theo một nụ

hồng cao nguyên. Vẫn là tôi, vẫn là em. Vẫn khu vườn cũ,

vẫn thềm nhà xưa. Đi cùng tôi nhé Cúc Hoa. Trên con đường mịt

mù mưa xứ người. Và xin cảm tạ đất trời. Đã cho em lại nụ

cười hồn nhiên. Đi cùng tôi, giọt sương đêm.

Nhẹ nhàng như nhạc   và hiền như thơ.   Mơ cùng tôi nhé Cúc Hoa.

Giấc mơ Đà Lạt   thời chưa biết buồn.   Vẫn là tôi,

vẫn là em.   Vẫn khu rừng lạnh   tiếng chim gọi đàn.   Vẫn là mây

trắng ngàn năm.   Vẫn là mây trắng ngàn năm.

Bên Dòng POTOMAC

Thơ: Phạm Cao Hoàng
Nhạc: Nguyễn Quyết Thắng

Khi dừng lại bên dòng Po - to - mac. Em bên tôi vẫn rất dịu dàng. Gió lổng lộng cả một trời Đông Bắc. Tóc em bay trong nắng thu vàng. Và như thế mình đi và đã đến. Mình đã tìm và gặp được dòng sông. Tôi ngồi xuống để nghe sông hát. Và đứng lên ôm lấy mặt trời hồng. Và như thế mình đi và đã đến.

Đã bên nhau thủy tận sơn cùng. Tôi nằm xuống

để nghe đất thở. Tạ ơn đời độ lượng bao dung.

Khi dừng lại bên dòng Po - to - mac. Tôi và

em nhìn lại quê nhà. Buồn hiu hắt thương về chốn

cũ. Phía chân trời đã mịt mù xa.

Quà Sinh Nhật Cho Em

Thơ: Phạm Cao Hoàng
Nhạc: Ngàn Thu

Valse

Ra vườn trong sương sớm. Hái mấy đóa hồng nhung. Tặng

em mừng Sinh Nhật. Chim vui hót vang lừng. Bao

nhiêu năm chìm nổi. Có lúc gạo không còn. Có khi rau cũng

hết. Nhà cửa thì trống trơn. Bao nhiêu năm chung

sống. Gian khổ cùng chia nhau. Em là cô vợ hiền. Em

là người bạn tốt. Em là một nàng tiên. Em

đã cho tôi biết. Đời chỉ sống một lần. Giữ tấm lòng chung

thủy. Cho người mình yêu thương. Ra vườn trong sương sớm. Buổi

sáng thật êm đềm. Một nụ hôn em nhé. Chúc mừng Sinh Nhật

em. Chúc mừng Sinh Nhật em. Chúc mừng Sinh Nhật em.

Rồi Một Hôm Chim Bay Về Núi Cũ

Thơ: Phạm Cao Hoàng
Nhạc: Hoàng Văn Phượng

Slow

Rồi một hôm chim bay về núi cũ. Đậu trên triền vách đá cheo leo. Nhìn xuống dưới: một trần gian khốn khổ. Chim trong cơn đại dịch tiêu điều. Nhìn xuống dưới: những con đường vắng ngắt. Những căn nhà cửa đóng then cài. Nghe tiếng thở dài trong đêm bão rớt. Những phận người không biết được ngày mai. Và đâu đó có tiếng ai than khóc. Những cuộc chia tay không kịp giã từ. Những nấm

mồ mọc lên vội và. Những phận người như lá mùa

thu. Rồi một hôm chim bay về núi cũ. Đậu

trên triền vách đá cheo leo. Nhìn xuống dưới thì thẩm cầu

nguyện. Từ nơi xa vọng lại tiếng chuông chiều.

MỤC LỤC

PHẦN 2: NHỮNG GHI NHẬN

PHẦN 3: 15 CA KHÚC PHỔ THƠ PCH

Nhân Ảnh
2023

Liên lạc Nhà xuất bản
Nhân Ảnh
E.mail: han.le3359@gmail.com
(408) 722-5626